Ítalskur Matarmunur
Ævintýri í Matreiðslu

Elena Rossi

EFNISYFIRLIT

Timbale fyllt hrísgrjón ... 9

Hrísgrjón og baunir, feneyskum stíl ... 16

Hrísgrjón með sardínupylsu ... 18

Polenta ... 20

Polenta með rjóma ... 22

Polenta með ragout ... 24

Polenta Crostini, þrjár leiðir ... 25

Polenta samlokur ... 28

Polenta með þremur ostum ... 30

Polenta með gorgonzola og mascarpone ... 32

Sveppir polenta ... 34

Bókhveiti og maís polenta ... 36

Bakað polenta með osti ... 38

Bökuð polenta með Ragù pylsu ... 40

Polenta "í hlekkjum" ... 42

Farro salat ... 44

Farro, Amatrice stíll ... 47

Farro, tómatar og ostur ... 49

Orzotto með rækjum og byggi ... 51

Bygg og grænmeti orzotto ... 53

Prosciutto og egg 55

Bakaður aspas með eggjum 58

Egg í þrifum 60

Egg í tómatsósu, mars stíl 62

Egg í Piedmont stíl 64

Egg Florentine 66

Bakað egg með kartöflum og osti 68

Paprika og egg 70

Kartöflur og egg 72

Bökunarréttur með sveppum og eggjum 75

Frittata með lauk og rucola 77

Kúrbít og basil frittata 80

Frittata með hundrað kryddjurtum 82

Spínat frittata 84

Frittata með sveppum og Fontina 87

Napólísk spaghetti frittata 89

Pasta frittata 91

Lítil eggjakaka 93

Frittata með ricotta og kúrbítsblómum 95

Eggjakaka í tómatsósu 97

Sjóbirta með ólífu mola 100

Sjóbirta með sveppum 102

Turbot flök með ólífumauki og tómötum ... 104

Bakaður þorskur ... 105

Fiskur í "brjáluðu vatni" ... 108

Blár fiskur með sítrónu og myntu ... 110

Bólstraður sóli ... 112

Sóli með basil og möndlum ... 114

Marineraður túnfiskur, sikileyskur stíll ... 116

Túnfiskur með teini með appelsínu ... 118

Túnfiskur og paprika grilluð í Molic stíl ... 120

Grillaður túnfiskur með sítrónu og oregano ... 122

Eikarristaðar túnfisksteikur ... 124

Bakaður túnfiskur með rucola pestó ... 126

Túnfiskur og Cannellini baunapott ... 128

Sikileyskur sverðfiskur með lauk ... 130

Sverðfiskur með ætiþistlum og lauk ... 132

Sverð, í stíl Messina ... 134

Sword Scrolls ... 136

Bakaður púrbó með grænmeti ... 138

Pönnusteiktur sjóbirtingur með hvítlauksgrænmeti ... 140

Scrod með sterkri tómatsósu ... 142

Lax carpaccio ... 144

Laxasteikur með einiberjum og rauðlauk ... 146

Lax með vorgrænmeti 148

Fisksteikur í grænni sósu 150

Sjávarlauf bakað í pappír 152

Bakaður fiskur með ólífum og kartöflum 154

Citrus Red Snapper 156

Saltskorinn fiskur 158

Bakaður fiskur í hvítvíni og sítrónu 160

Silungur með prosciutto og salvíu 162

Bakaðar sardínur með rósmaríni 164

Sardínur, Feneyingar 166

Fylltar sardínur, sikileyskar 168

Grillaðar sardínur 170

Steiktur salt þorskur 172

Salt þorskur, pizza stíll 174

Saltaður þorskur með kartöflum 176

Rækjur og baunir 178

Rækjur í hvítlaukssósu 180

Rækjur með tómötum, kapers og sítrónu 182

Rækjur í ansjósusósu 184

Steiktar rækjur 187

Rækjur og calamari steikt í deigi 190

Grillaðir rækjuspjót 192

"Djöfuls bróðir" humar ... 194

Bakaður fylltur humar ... 197

Hörpuskel með hvítlauk og steinselju ... 199

Grillaðar hörpuskel og rækjur ... 201

Posillipo samloka og skeljar ... 203

Bakaður fylltur kræklingur ... 206

Kræklingur með svörtum pipar ... 209

Samloka með hvítlauk og hvítvíni ... 211

Sardínuskeljar með saffran ... 213

Kanína með tómötum ... 215

Súrsæt kanína ... 217

Bakuð kanína með kartöflum ... 220

Timbale fyllt hrísgrjón

Sartù di Riso

Fyrir 8 til 10 skammta

Hrísgrjón eru ekki algengt hráefni í napólískri matargerð, en þessi réttur er einn af klassíkum svæðisins. Talið er að það eigi rætur að rekja til aðaleldhúsanna sem þjálfaðir kokkar reka í Frakklandi þegar Napólí var höfuðborg konungsríkisins Sikileyjar tveggja.

Í dag er það gert fyrir sérstök tækifæri og ég hef meira að segja borðað nútímalegar útgáfur í sérsniðnum mótum.

Þetta er stórkostlegur réttur sem væri tilvalinn til skemmtunar. Litlar kjötbollur og annað hráefni í fyllingunni detta út úr risastóru hrísgrjónakökunni þegar hún er skorin upp. Það er ekki erfitt að gera það, en það felur í sér nokkur skref. Sósan og fyllinguna má búa til allt að 3 dögum áður en rétturinn er settur saman.

sósu

1 únsa þurrkaðir sveppir

2 bollar af volgu vatni

1 meðalstór laukur, saxaður

2 matskeiðar af ólífuolíu

1 (28 aura) dós af innfluttum ítölskum Pelatas, sem farið er í gegnum matvælaverksmiðju

Salt og nýmalaður svartur pipar

Kjötbollur og pylsur

2 til 3 sneiðar ítalskt brauð, rifið í bita (um 1/2 bolli)

1/4 bolli af mjólk

8 aura kálfakjöt

1/4 bolli nýrifinn Parmigiano-Reggiano

1 hvítlauksgeiri, smátt saxaður

2 matskeiðar söxuð fersk flatsteinselja, auk meira til að skreyta

1 stórt egg

Salt og nýmalaður svartur pipar

2 matskeiðar af ólífuolíu

2 sætar ítalskar pylsur

Samkoma

8 aura af ferskum sneiðum mozzarella

1 bolli ferskar eða frosnar baunir

2 bollar meðalkorna hrísgrjón eins og Arborio, Carnaroli eða Vialone Nano

Salt

1 bolli nýrifinn Parmigiano-Reggiano

Nýmalaður svartur pipar

2 matskeiðar af ósaltuðu smjöri

6 matskeiðar af venjulegu þurru brauðraspi

Hakkað fersk steinselja til skrauts

1. Undirbúið sósuna: leggið sveppina í bleyti í vatni í 30 mínútur í meðalstórri skál. Lyftu sveppunum upp úr bleytivökvanum. Sigtið vökvann í gegnum kaffisíu úr pappír eða stykki af vættu ostaklút í hreina skál og setjið til hliðar. Skolaðu sveppina undir rennandi vatni, gaum að grunninum þar sem jarðvegurinn safnast fyrir. Saxið sveppina smátt.

2. Setjið laukinn og olíuna í breiðan, þungan pott yfir meðalhita. Eldið, hrærið af og til, þar til laukurinn er mjúkur og gullinn, um

það bil 10 mínútur. Hrærið sneiðum sveppunum saman við. Bætið tómötunum og geymdum sveppavökvanum saman við. Kryddið eftir smekk með salti og pipar. Við skulum sjóða. Eldið við lágan hita, hrærið af og til, þar til það er þykkt, um það bil 30 mínútur.

3. Undirbúið kjötbollurnar: Leggið brauðið í mjólk í meðalstórri skál í 5 mínútur og þrýstið því út. Blandið saman brauðinu, kálfakjöti, osti, hvítlauk, steinselju, eggi og salti og pipar eftir smekk í sömu skál. Blandið vel saman. Mótaðu blönduna í 1 tommu kjötbollur.

4. Hitið olíuna á stórri pönnu við meðalhita. Bætið kjötbollunum út í og snúið þeim með töng þar til þær eru brúnar á öllum hliðum. Settu kjötbollurnar yfir á disk með skál. Hellið olíunni af og þurrkið pönnuna varlega með pappírsþurrku.

5. Blandið pylsunum saman á sömu pönnu og nóg af vatni til að það hylji þær hálfa leið. Lokið og eldið við meðalhita þar til vatnið gufar upp og pylsurnar byrja að brúnast. Afhjúpaðu og eldaðu pylsur, snúðu öðru hverju, þar til þær eru eldaðar í gegn, um það bil 10 mínútur. Skerið pylsurnar í sneiðar.

6. Í meðalstórri skál skaltu kasta varlega kjötbollunum, pylsusneiðunum, mozzarella og baunum með 2 bollum af tómat- og sveppasósunni og setja til hliðar.

7. Í stórum potti skaltu blanda afganginum af sósunni saman við 4 bolla af vatni. Sjóðið blönduna. Bætið við hrísgrjónum og 1 tsk salti. Látið suðuna koma upp aftur og hrærið einu sinni eða tvisvar. Lokið og látið malla þar til hrísgrjónin eru varla mjúk, um það bil 15 mínútur.

8. Takið pottinn af hitanum. Látið hrísgrjónin kólna aðeins. Hrærið Parmigiano saman við. Kryddið eftir smekk með salti og pipar.

9. Smyrjið að innan í djúpri 2 1/2-litra potti eða ofnheldri skál. Stráið því yfir 4 matskeiðar af brauðrasp. Setjið um það bil tvo þriðju af hrísgrjónunum í tilbúna pottinn og þrýstið því á botninn og hliðarnar til að búa til „skel" úr hrísgrjónum. Skeið kjötbollu- og pylsublöndunni í miðjuna. Setjið afganginn af hrísgrjónunum yfir og dreifið jafnt yfir. Stráið restinni af molanum ofan á. (Ef þú undirbýr ekki strax skaltu hylja og kæla timbalana.)

10. Um 2 tímum áður en borið er fram skal setja grindina í miðjan ofninn. Forhitið ofninn í 350°F. Bakið timbalurnar í 1 1/2 klukkustund eða þar til yfirborðið er léttbrúnað og blandan heit í

miðjunni. (Nákvæmur eldunartími fer eftir stærð og lögun eldunarpottsins. Notaðu skyndilesandi hitamæli til að athuga hitastigið í miðjunni. Það ætti að vera að minnsta kosti 140°F.)

11. Undirbúðu kæligrind. Látið timbalann kólna á grind í 10 mínútur. Keyrðu hníf eða málmspaða meðfram innanverðu brúninni á pottinum. Setjið stóran disk ofan á pottinn. Haltu ílátinu (með pottaleppinum) þétt upp að plötunni og snúðu báðum til að flytja timbalann yfir á plötuna. Stráið steinselju yfir. Skerið í sneiðar til að bera fram. Berið fram heitt.

Hrísgrjón og baunir, feneyskum stíl

Riso e Fagioli alla Veneta

Fyrir 4 skammta

Á sumrin eru hrísgrjón og baunir borin fram heit, ekki heit. Vinsæl afbrigði í Veneto svæðinu er trönuberjabaunin, þekkt á ítölsku sem borlotti. Ósoðin trönuberjafræ eru bleik með rjómamerkingum. Þegar þau eru soðin verða þau bleikum beige. Þær líkjast mjög pinto baunum, sem þú getur skipt út ef þú vilt.

Um 2 bollar af heimagerðu<u>Kjötsúpa</u>eða nautasoð sem er keypt í búð

3 matskeiðar af olíu

1 lítill laukur, smátt saxaður

1 meðalstór gulrót, smátt skorin

1 meðalstórt sellerí rif, smátt saxað

½ bolli smátt skorin pancetta

2 bollar soðin þurrkuð trönuber eða pinto baunir eða 1 (16 aura) niðursoðnar baunir með vökva

1 bolli meðalkorna hrísgrjón eins og Arborio, Carnaroli eða Vialone Nano

Salt og nýmalaður svartur pipar

1.Ef nauðsyn krefur, undirbúið súpuna. Hitið næst olíuna með lauknum, gulrótinni, sellerínu og pancettu á breiðri, þungri pönnu við meðalhita. Eldið, hrærið af og til, þar til grænmetið er gullinbrúnt, um 20 mínútur.

2.Bætið baunum út í og 1 bolli af köldu vatni. Sjóðið og eldið í 20 mínútur.

3.Setjið til hliðar um það bil þriðjung af baunablöndunni. Maukið afganginn í matvinnsluvél eða matvinnsluvél þar til það er slétt. Hellið baunamaukinu og 1 bolla af soðinu í stóran, breiðan pott. Látið sjóða við meðalhita. Eldið í 5 mínútur, hrærið af og til.

4.Bætið hrísgrjónum á pönnuna, saltið og piprið eftir smekk. Eldið í 20 mínútur, hrærið oft til að koma í veg fyrir að baunirnar festist við botninn á pönnunni. Bætið smá af soðinu sem eftir er út í smá í einu þar til hrísgrjónin eru mjúk en samt stíf. Hrærið frátekinni baunablöndunni út í og slökkvið á hitanum.

5.Látið hvíla í 5 mínútur. Berið fram heitt.

Hrísgrjón með sardínupylsu

Riso alla Sarda

Fyrir 6 máltíðir

Meira eins og pílaf en risotto, þessi hefðbundni sardínski hrísgrjónaréttur krefst ekki mikillar blöndunar.

Um 3 bollar Kjötsúpa

1 meðalstór laukur, saxaður

2 matskeiðar söxuð fersk flatsteinselja

2 matskeiðar af ólífuolíu

12 aura af venjulegri ítölskri svínapylsu með hlífinni fjarlægð

1 bolli skrældir, fræhreinsaðir og sneiddir tómatar

Salt og nýmalaður svartur pipar

1 1/2 bolli meðalkorna hrísgrjón, eins og Arborio, Carnaroli eða Vialone Nano

1/2 bolli nýrifinn Pecorina Romano eða Parmigiano-Reggiano

1. Ef nauðsyn krefur, undirbúið súpuna. Steikið síðan laukinn og steinseljuna í olíunni á breiðri, þungri pönnu við meðalhita þar til laukurinn mýkist, um það bil 5 mínútur. Bætið pylsukjöti út í og eldið, hrærið oft, þar til pylsan er léttbrúnt, um það bil 15 mínútur.

2. Hrærið tómötunum saman við og saltið og piprið eftir smekk. Hellið súpunni út í og látið suðuna koma upp. Hrærið hrísgrjónunum saman við. Lokið og eldið í 10 mínútur. Athugaðu hvort blandan sé of þurr. Bætið við meira seyði eða vatni ef þarf. Lokið og eldið í 8 mínútur í viðbót eða þar til hrísgrjónin eru mjúk.

3. Takið pönnuna af hitanum. Hrærið ostinum saman við. Berið fram strax.

Polenta

Fyrir 4 skammta

Hefðbundin leið til að elda polentu er að hrista þurrt maísmjöl rólega í fínum straumi í gegnum fingur annarrar handar í pott með sjóðandi vatni og hræra stöðugt með hinni hendinni. Þú þarft mikla þolinmæði til að fá það rétt; ef þú ferð of hratt mun maísmjölið mynda kekki. Á meðan brennur höndin af því að halda henni yfir sjóðandi vökvanum.

Ég vil frekar eftirfarandi aðferð til að elda polentu vegna þess að hún er fljótleg og örugg. Það besta af öllu er að ég hef prófað þessa aðferð hlið við hlið við hefðbundna aðferð og ég get ekki séð neinn mun á lokaniðurstöðunni. Vegna þess að maísmjölinu er fyrst blandað saman við kalt vatn myndast ekki kekkir sem geta fljótt myndast ef þurru semolina er hellt beint í heitt vatn.

Passið að nota þykkbotna pott, annars gæti polentan brennt. Þú getur líka sett pottinn á Flametamer - málmdisk sem passar yfir eldavélarbrennarann til að einangra pottinn enn frekar til að stjórna hitanum. (Leitaðu að því í eldhúsáhöldum verslunum.)

Basic polenta er hægt að krydda með því að elda það með seyði eða nota mjólk í stað vatns. Í lok eldunar, hrærið smá rifnum osti út í ef vill.

4 bollar kalt vatn

1 bolli grófmalað gult maísmjöl, helst steinmalað

2 teskeiðar af salti

2 matskeiðar af ósaltuðu smjöri

1. Sjóðið 3 bolla af vatni í 2 lítra potti.

2. Á meðan skaltu sameina maísmjölið, saltið og afganginn af 1 bolli af vatni í lítilli skál.

3. Hellið blöndunni í sjóðandi vatn og eldið á meðan hrært er þar til blandan sýður. Lækkið hitann í lágan, hyljið og eldið, hrærið stundum, þar til polenta er þykkt og rjómakennt, um það bil 30 mínútur. Ef polentan verður of þykk skaltu hræra aðeins meira vatni út í.

4. Hrærið smjörið saman við. Berið fram strax.

Polenta með rjóma

Polenta alla Panna

Fyrir 4 skammta

Einn kaldan vetrardag í Mílanó stoppaði ég í hádegismat á annasömu trattoríuhúsi. Matseðillinn var takmarkaður en þessi einfaldi og huggulegi réttur gerði daginn sérstakan. Ef þú átt ferska hvíta eða svarta trufflu, skerðu hana yfir mascarponeið og fjarlægðu ostinn.

Til að hita upp skál eða disk skaltu setja hana í heitan (ekki heitan!) ofn í nokkrar mínútur eða hella heitu vatni yfir í vaskinn. Þurrkaðu ílátið eða diskinn áður en matur er bætt við.

1 uppskrift (um 5 bollar) heit soðin Polenta

1 bolli mascarpone eða rjómi

Stykki af Parmigiano-Reggiano

1. Ef nauðsyn krefur, undirbúið polentu. Hellið svo heitu soðnu polentunni á heitan framreiðsludisk.

2. Setjið mascarpone ofan á eða hjúpið með rjóma. Notaðu grænmetisskrælara með snúningsblaði til að raka toppinn af Parmigiana. Berið fram strax.

Polenta með ragout

Polenta al Ragù

Fyrir 4 skammta

Einu sinni áttu margar norður-ítalskar fjölskyldur sérstakan koparpott sem kallast paiolo til að elda polentu í og kringlótt borð til að bera hana fram á. Þetta er ljúffengur þægindamatur og frekar auðvelt ef þú ert með ragu og polentu tilbúna fyrirfram.

1 uppskrift (um 3 bollar) Ragù Bolognese

1 uppskrift (um 5 bollar) heit soðin Polenta

½ bolli nýrifinn Parmigiano-Reggiano

1. Ef nauðsyn krefur, undirbúið ragu og polenta.

2. Hellið polentunni á heitan disk. Gerðu grunnt innskot í polentu. Bætið sósunni út í með skeið. Stráið osti yfir og berið fram strax.

Polenta Crostini, þrjár leiðir

Nota má sneiðar af stökkum polentu í staðinn fyrir brauð<u>Crostini</u>). Berið þær fram með dýrindis dressingu (sjá tillögur hér að neðan) sem forrétt, sem hlið á plokkfisk eða sem grunn fyrir steikta eða steikta fugla.

1 uppskrift (um 5 bollar) heit soðin<u>Polenta</u>

1. Við skulum undirbúa polentu. Um leið og polentan er soðin skaltu nota gúmmíspaða til að dreifa henni um 1/2 cm þykkt á stóra ofnplötu. Lokið og geymið í kæli þar til það hefur setið fyrir notkun, að minnsta kosti 1 klukkustund og allt að 3 daga.

2. Þegar þú ert tilbúinn til að elda skaltu skera polentu í ferninga eða önnur form með hníf eða kex eða kökuskera. Stykkana má baka, grilla eða steikja.

Bakað crostini með polentu: Forhitið ofninn í 400°F. Smyrjið bökunarplötu og dreifið polentasneiðunum með um 1/2 cm millibili. Penslið toppana með olíu. Bakið í 30 mínútur eða þar til stökkt og létt gullið.

Grillaður eða grillaður Polenta Crostini: Settu grillið eða grillgrindina í um 4 cm fjarlægð frá hitagjafanum. Forhitið grillið eða grillið. Skerið polentasneiðarnar með ólífuolíu á báðum hliðum. Settu bitana á grindina. Grillið eða steikið, snúið einu sinni, þar til það er stökkt og gullið, um það bil 5 mínútur. Snúið bitunum við og steikið á hinni hliðinni í um það bil 5 mínútur í viðbót.

Steikt Polenta Crostini: Hjúpaðu pönnu sem festist ekki mjög létt með þunnu lagi af maís eða ólífuolíu. Hitið pönnu yfir meðalhita. Þurrkaðu polentubitana. Eldið þar til það er gullið, um 5 mínútur. Snúið bitunum við og eldið þar til þeir eru brúnir á hinni hliðinni, um það bil 5 mínútur í viðbót.

Polenta samlokur

Panini di Polenta

Fyrir 8 máltíðir

Þessar litlu samlokur má bera fram sem forrétt eða sem meðlæti. Til að fá smá smekk, skerið polentu með kökusköku eða kökusneiðum.

1 uppskrift (um 5 bollar) Polenta, gert án smjörs

4 aura gorgonzola, þunnt sneið

2 matskeiðar af bræddu ósöltuðu smjöri

2 matskeiðar af Parmigiano-Reggiano

1. Við skulum undirbúa polentu. Um leið og polentan er soðin skaltu nota gúmmíspaða til að dreifa henni um 1/2 cm þykkt á stóra ofnplötu. Lokið og geymið í kæli þar til það hefur setið fyrir notkun, að minnsta kosti 1 klukkustund og allt að 3 daga.

2. Settu grindina í miðjan ofninn. Forhitið ofninn í 400°F. Smyrjið stórt eldfast mót.

3. Skerið polentu í 16 ferninga. Setjið helminginn af polentasneiðunum á kökuplötuna. Settu sneiðar af gorgonzola á

þær. Setjið afganginn af polentu ofan á og þrýstið létt niður á samlokurnar.

4. Smyrjið toppana með smjöri. Stráið parmigiano yfir. Bakið í 10 til 15 mínútur eða þar til osturinn er rétt bráðinn. Berið fram heitt.

Polenta með þremur ostum

Polenta con Tre Formaggi

Fyrir 4 skammta

Valle d'Aosta er svæði í norðvesturhluta Ítalíu. Hann er frægur fyrir alpaloftslag og fallegar skíðabrekkur, auk mjólkurafurða eins og Fontina Valle d'Aosta, hálfharðan ost úr kúamjólk.

Mjólk bætir þessari pólentu aukalega. Smjör er talið vera heiðurs ostur.

2 bollar kalt vatn

1 bolli grófmalað gult maísmjöl, helst steinmalað

1 teskeið af salti

2 bollar köld mjólk

1/2 bolli Fontina Valle d'Aosta, saxað

1/4 bolli nýrifinn Parmigiano-Reggiano

2 matskeiðar af ósaltuðu smjöri

1. Sjóðið vatn í 2 lítra þungri pönnu.

2. Blandið maísmjölinu, salti og mjólk saman í lítilli skál.

3. Hellið maísmjölsblöndunni út í sjóðandi vatnið og eldið á meðan hrært er þar til blandan sýður. Lækkið hitann í lágan, hyljið og eldið, hrærið af og til, í um 30 mínútur eða þar til polentan er þykk og rjómalöguð. Ef polentan verður of þykk skaltu hræra aðeins meira vatni út í.

4. Takið pönnuna af hitanum. Hrærið ostum og smjöri saman við þar til bráðið. Berið fram strax.

Polenta með gorgonzola og mascarpone

Fyrir 4 til 6 máltíðir

Himnesk og rík, þessi uppskrift er frá Langbarðalandi þar sem framleitt er gorgonzola og mascarpone.

4 bollar kalt vatn

1 bolli grófmalað gult maísmjöl, helst steinmalað

½ tsk salt

½ bolli mascarpone

½ bolli gorgonzola, mulið

1. Sjóðið 3 bolla af vatni í 2 lítra potti.

2. Í lítilli skál skaltu sameina maísmjölið, saltið og 1 bolli af vatni sem eftir er.

3. Hellið maísmjölsblöndunni í sjóðandi vatnið og hrærið stöðugt í og eldið þar til blandan sýður. Lækkið hitann í lágan, hyljið og eldið, hrærið af og til, í um 30 mínútur eða þar til polentan er þykk og rjómalöguð. Ef polentan verður of þykk skaltu hræra aðeins meira vatni út í.

4. Takið polentu af hellunni. Hrærið mascarpone og helmingnum af gorgonzola saman við. Hellið í skál og stráið afganginum af gorgonzola yfir. Berið fram heitt.

Sveppir polenta

Polenta með sveppum

Fyrir 6 máltíðir

Pancetta gefur ríkulegu bragði, en slepptu því ef þú vilt frekar kjötlausan rétt. Afgangana má skera í sneiðar og steikja í smá ólífuolíu eða smjöri sem forrétt eða meðlæti.

2 aura smátt skorin pancetta

1 lítill laukur, smátt saxaður

2 matskeiðar af ólífuolíu

1 (10 aura) pakki hvítir sveppir, snyrtir og sneiðar

2 matskeiðar söxuð fersk flatsteinselja

Salt og nýmalaður svartur pipar

4 bollar kalt vatn

1 bolli grófmalað gult maísmjöl, helst steinmalað

1. Blandið pancettu, lauk og olíu saman í stórri pönnu og eldið þar til pancetta og laukur eru létt gullin, um það bil 10 mínútur.

Bætið sveppunum og steinseljunni út í og eldið þar til sveppavökvinn hefur gufað upp, um það bil 10 mínútur í viðbót. Kryddið eftir smekk með salti og pipar.

2. Sjóðið 3 bolla af vatni í 2 lítra potti.

3. Blandið saman maísmjölinu, 1/2 teskeið salti og 1 bolli af köldu vatni sem eftir er í lítilli skál.

4. Hellið maísmjölsblöndunni út í sjóðandi vatnið og eldið þar til það sýður, hrærið stöðugt í. Lækkið hitann í mjög lágan, hyljið og eldið, hrærið af og til, þar til polentan er þykk og rjómalöguð, um það bil 30 mínútur. Ef polentan verður of þykk skaltu hræra meira vatni út í.

5. Hellið innihaldinu á pönnunni í polenta pönnuna. Hellið blöndunni á heitan disk. Berið fram strax.

Bókhveiti og maís polenta

Taragna polenta

Fyrir 4 til 6 máltíðir

Í Langbarðalandi er þessi matarmikla polenta búin til úr blöndu af maísmjöli og bókhveiti. Bókhveiti bætir jarðbundnu bragði. Í lok eldunar skaltu hræra staðbundnum osti sem kallast bitto saman við. Ég hef aldrei séð bite í Bandaríkjunum, en fontina og Gruyère eru góðir staðgengillir.

5 bollar kalt vatn

4 matskeiðar af ósöltuðu smjöri

1 bolli grófmalað gult maísmjöl, helst steinmalað

½ bolli bókhveiti

Salt

4 aura Fontina eða Gruyère

1. Látið suðu koma upp í 4 bolla af vatni og 2 matskeiðar af smjöri í 2 lítra potti.

2. Í meðalstórri skál skaltu sameina maísmjöl, bókhveiti, 1/2 tsk salt og 1 bolli vatnsins sem eftir er.

3. Hellið maísmjölsblöndunni í sjóðandi vatnið. Lækkið hitann í mjög lágan. Lokið og eldið, hrærið af og til, í um 40 mínútur eða þar til polentan er þykk og rjómalöguð. Ef það verður of þykkt skaltu bæta við aðeins meira vatni ef þarf.

4. Takið polentu af hellunni. Hrærið eftir 2 msk smjöri og osti saman við. Berið fram strax.

Bakað polenta með osti

Polenta Cunsa

Fyrir 8 máltíðir

Settu saman allt að 24 klukkustundum fyrir eldun, en ef það er í kæli skaltu tvöfalda eldunartímann. Prófaðu líka Gruyère eða Asiago.

5 bollar kalt vatn

1 bolli grófmalað gult maísmjöl, helst steinmalað

1 teskeið af salti

3 matskeiðar af ósaltuðu smjöri

1 meðalstór laukur, saxaður

1 bolli nýrifinn Parmigiano-Reggiano

½ bolli mulið gorgonzola

½ bolli rifinn Fontina Valle d'Aosta

1. Látið suðuna koma upp 4 bolla af vatni í 2 lítra potti. Í skál skaltu sameina maísmjölið, saltið og 1 bolli af vatni sem eftir er.

2. Hellið blöndunni í sjóðandi vatn og eldið, hrærið stöðugt í, þar til blandan sýður. Lækkið hitann í lágan, hyljið og eldið, hrærið af og til, í um 30 mínútur eða þar til polentan er þykk og rjómalöguð. Ef polentan verður of þykk skaltu hræra aðeins meira vatni út í.

3. Bræðið 2 msk smjör í lítilli pönnu við meðalhita. Bætið lauknum út í og eldið, hrærið, þar til laukurinn er mjúkur og gullinn, um það bil 10 mínútur. Rífið laukinn í polentu.

4. Settu grindina í miðjan ofninn. Forhitið ofninn í 375°F. Smyrðu 9 x 3 tommu bökunarform með smjöri.

5. Hellið um þriðjungi af polentu á pönnuna. Setjið til hliðar 1/4 bolli parmigiano fyrir álegg. Stráið helmingnum af hverjum ostunum sem eftir eru yfir polentalagið í bökunarforminu. Búðu til annað lag af polentu og osti. Hellið afganginum af polentu yfir og dreifið jafnt yfir.

6. Stráið fráteknum 1/4 bolla parmigiana yfir polentu. Dreypið afganginum af smjöri yfir. Bakið í 30 mínútur eða þar til loftbólur myndast í kringum brúnirnar. Látið hvíla í 10 mínútur áður en borið er fram.

Bökuð polenta með Ragù pylsu

Polenta Pasticiato

Fyrir 6 máltíðir

Það er eitthvað eins og lasagna, með lögum af sneiðum polentu sem kemur í stað pasta.

Nafnið polenta pasticciato er áhugavert. Það kemur frá pasticciara, sem þýðir að gera sóðaskap, og pasticciato vísar einnig til rétts sem er gerður eins og pasta, með osti og ragù.

- 1 uppskrift<u>Pylsa Ragù</u>

8 bollar kalt vatn

2 bollar grófmalað gult maísmjöl, helst steinmalað

1 matskeið af salti

8 aura af ferskum mozzarella

½ bolli nýrifinn Parmigiano-Reggiano

1. Ef nauðsyn krefur, undirbúið ragù. Sjóðið 6 bolla af vatni í stórum potti.

2. Í meðalstórri skál, þeytið saman maísmjöl, salt og 2 bolla af vatni sem eftir eru.

3. Hellið maísmjölsblöndunni út í sjóðandi vatnið, hrærið stöðugt þar til blandan sýður. Lækkið hitann í lágan, hyljið og eldið, hrærið af og til, í um 30 mínútur eða þar til polentan er þykk og rjómalöguð.

4. Smyrjið stórt eldfast mót. Hellið polentu á pönnuna og dreifið jafnt yfir með gúmmíspaða í 1/2 cm þykkt. Kældu þar til það er stíft, um það bil 1 klukkustund, eða settu lokið yfir og kældu yfir nótt.

5. Settu grindina í miðjan ofninn. Forhitið ofninn í 400°F. Smyrjið 9 tommu fermetra pönnu.

6. Skerið polentu í 9 3 tommu ferninga. Dreifið helmingnum af polentunni á botninn á pönnunni. Setjið helminginn af sósunni yfir með skeið og helminginn af mozzarella og Parmigiano-Reggiano yfir. Búðu til annað lag úr hráefninu sem eftir er.

7. Bakið í 40 mínútur eða þar til polenta loftbólur og osturinn bráðnar. Látið standa í 10 mínútur áður en borið er fram.

Polenta "í hlekkjum"

Polenta Incatenata

Fyrir 6 máltíðir

Við hjónin leigðum einu sinni íbúð í einbýlishúsi fyrir utan Lucca í Toskana. Carlotta var hress gestgjafi sem sá um dvölina og sá til þess að allt gengi snurðulaust fyrir sig. Hún kom okkur stundum á óvart með heimatilbúnum mat. Hún sagði mér að þetta matarmikla pólenta, staðbundin sérgrein, ætti að vera "hlekkjað" í strimla af niðurrifnu grænmeti. Berið fram sem grænmetisæta aðalrétt eða meðlæti með grilluðu kjöti. Það er líka mjög gott ef það er látið kólna þar til það er stíft, síðan skorið í sneiðar og steikt þar til það er gullbrúnt.

2 matskeiðar af ólífuolíu

1 hvítlauksgeiri, smátt saxaður

2 bollar rifið hvítkál eða grænkál

4 bollar kalt vatn

1 bolli grófmalað gult maísmjöl, helst steinmalað

1 1/2 tsk salt

2 bollar soðnar eða niðursoðnar cannellini baunir

Salt og nýmalaður svartur pipar

½ bolli nýrifinn Parmigiano-Reggiano

1. Í stórri pönnu, eldið olíuna og hvítlaukinn við meðalhita þar til hvítlaukurinn er gullinn, um það bil 2 mínútur. Bætið kálinu út í, setjið lok á og eldið í 10 mínútur eða þar til kálið er visnað.

2. Bætið 3 bollum af vatni út í og látið suðuna koma upp.

3. Í lítilli skál skaltu sameina maísmjölið, saltið og 1 bolli af vatni sem eftir er.

4. Hellið maísmjölsblöndunni á pönnuna. Eldið, hrærið oft, þar til blandan kemur að suðu. Lækkið hitann í lágan, hyljið og eldið í 20 mínútur, hrærið af og til.

5. Hrærið baununum saman við. Eldið í 10 mínútur í viðbót eða þar til þykkt og rjómakennt. Ef blandan verður of þykk skaltu bæta við smá vatni.

6. Takið af hitanum. Hrærið ostinum saman við og berið fram strax.

Farro salat

Insalata di Farro

Fyrir 6 máltíðir

Í Abruzzo fengum við hjónin farro salöt nokkrum sinnum, þar á meðal þetta með stökku grænmetisbitum og hressandi myntu.

Salt

1 1/2 bolli farro

1 bolli smátt saxaðar gulrætur

1 bolli smátt saxað sellerí

2 matskeiðar fínt söxuð fersk mynta

2 grænir laukar, smátt saxaðir

1/3 bolli ólífuolía

1 matskeið af ferskum sítrónusafa

Nýmalaður svartur pipar

1. Sjóðið 6 bolla af vatni. Bætið salti eftir smekk, síðan farro. Lækkið hitann að suðu og eldið þar til farro er mjúkt en samt

seigt, um það bil 15 til 30 mínútur. (Eldunartími getur verið breytilegur; byrjaðu að smakka eftir 15 mínútur.) Tæmið vel af.

2. Blandið saman farro, gulrótum, sellerí og myntu í stórri skál. Blandið saman ólífuolíu, sítrónusafa og pipar í litla skál. Hellið dressingunni yfir salatið og blandið vel saman. Smakkið til og stillið krydd. Berið fram heitt eða við stofuhita.

Farro, Amatrice stíll

Farro all'Amatriciana

Fyrir 8 máltíðir

Farro er venjulega notað í súpur eða salöt, en í þessari uppskrift frá rómversku sveitinni er kornið soðið í klassískri Amatriciana sósu, oftast notuð í pasta.

Salt

2 bollar farro

¼ bolli ólífuolía

4 aura hakkað pancetta

1 meðalstór laukur

½ bolli þurrt hvítvín

1½ bolli afhýddir, fræhreinsaðir og niðurskornir ferskir tómatar eða tæmdir og saxaðir niðursoðnir tómatar

½ bolli nýrifinn Pecorino Romano

1. Sjóðið 6 bolla af vatni. Bætið salti eftir smekk, síðan farro. Lækkið hitann að suðu og eldið þar til farro er mjúkt en samt seigt, 15 til 30 mínútur. (Eldunartími getur verið breytilegur; byrjaðu að smakka eftir 15 mínútur.) Tæmið vel af.

2. Á meðalstórri pönnu, eldið olíuna, pancetta og laukinn við miðlungshita, hrærið oft, þar til laukurinn er gullinn, um það bil 10 mínútur. Hellið víninu út í og látið sjóða. Bætið tómötum og farro saman við. Látið suðuna koma upp og eldið þar til farro hefur tekið í sig eitthvað af sósunni, um það bil 10 mínútur. Bætið við smá vatni ef þarf til að koma í veg fyrir að það festist.

3. Takið af hitanum. Bætið ostinum út í og blandið vel saman. Berið fram strax.

Farro, tómatar og ostur

Grano, Pomodori, og Cacio

Fyrir 6 máltíðir

Hægt er að elda hveitiber, emmer, kamut eða annað svipað korn á þennan hátt ef þú finnur ekki farro. Ekki salta kornin of mikið því ricotta salatið getur verið salt. Ef það er ekki tiltækt skaltu skipta út Pecorino Romano. Þessi uppskrift er frá Puglia í suðri.

Salt

1 1/2 bolli farro

2 matskeiðar af ólífuolíu

1 lítill laukur, smátt saxaður

8 aura sneiddir tómatar

4 aura ricotta salat, gróft rifið

1. Sjóðið 6 bolla af vatni. Bætið salti eftir smekk, síðan farro. Lækkið hitann og látið malla þar til farro er mjúkt, 15 til 30 mínútur. (Eldunartími getur verið breytilegur; byrjaðu að smakka eftir 15 mínútur.) Tæmið vel af.

2. Hellið olíunni á meðalstóra pönnu. Bætið lauknum út í og eldið, hrærið oft, þar til laukurinn er gullinn, um það bil 10 mínútur. Bætið tómötum og salti eftir smekk. Eldið þar til það þykknar aðeins, um það bil 10 mínútur.

3. Hrærið tæmd farro út í tómatsósuna. Bætið ostinum út í og blandið vel saman. Berið fram heitt.

Orzotto með rækjum og byggi

Orzotto di Gamberi

Fyrir 4 skammta

Þrátt fyrir að flestir í Bandaríkjunum hugsi um orzo sem pínulítið frælaga pasta, þá þýðir orzo á ítölsku "bygg". Á Friuli-Venezia Giulia svæðinu í norðri er aska soðin sem risotto og síðasti rétturinn er kallaður orzoto.

3 bollar kjúklingasúpa, grænmetissúpa eða vatn

2 matskeiðar af ósaltuðu smjöri

1 matskeið af ólífuolíu

1 lítill laukur, smátt saxaður

1 lítil gulrót, smátt skorin

½ bolli fínsaxað sellerí

1 hvítlauksgeiri, saxaður

6 aura (2/3 bolli) perlubygg, skolað og tæmt

Salt og nýmalaður svartur pipar

8 aura rækjur, afhýddar og afvegaðar

2 matskeiðar söxuð fersk flatsteinselja

1. Ef nauðsyn krefur, undirbúið súpuna. Bræðið smjörið ásamt olíunni við meðalhita í meðalstórum potti. Bætið við lauk, gulrótum, sellerí og hvítlauk og eldið þar til gullið, um það bil 10 mínútur.

2. Bætið steinseljunni við grænmetið á pönnunni og blandið vel saman. Bætið við seyði, 1 tsk salti og pipar eftir smekk. Látið suðuna koma upp og lækkið hitann. Lokið og eldið, hrærið af og til, í 30 til 40 mínútur eða þar til byggið er mjúkt. Ef blandan verður þurr skaltu bæta við smá vatni.

3. Á meðan, saxið rækjurnar og blandið saman við steinseljuna út í byggblönduna. Eldið þar til rækjurnar eru bara bleikar, 2 til 3 mínútur. Smakkið til og stillið krydd. Berið fram strax.

Bygg og grænmeti orzotto

Orzotto di Verdure

Fyrir 4 skammta

Lítil stykki af grænmeti eru soðin með byggi fyrir þessa orzotta. Berið fram sem meðlæti eða fyrsta rétt.

4 bollar Kjötsúpa eða kjúklingasúpa

4 matskeiðar af ósöltuðu smjöri

1 lítill laukur, smátt saxaður

1 bolli perlubygg, skolað og tæmt

½ bolli ferskar eða frosnar baunir

½ bolli sneiddir sveppir að eigin vali

¼ bolli smátt skorin rauð paprika

¼ bolli fínsaxað sellerí

Salt og nýmalaður svartur pipar

¼ bolli nýrifinn Parmigiano-Reggiano

1. Ef nauðsyn krefur, undirbúið súpuna. Bræðið 3 matskeiðar af smjöri í stórum potti við meðalhita. Bætið lauknum út í og eldið, hrærið oft, þar til hann er gullinn, um það bil 10 mínútur.

2. Bætið bygginu út í og blandið vel saman. Hrærið helmingnum af hverri af baunum, sveppunum, paprikunni og selleríinu saman við og eldið í 2 mínútur eða þar til þær eru visnaðar. Hellið súpunni út í og látið suðuna koma upp. Lokið og eldið í 20 mínútur.

3. Hrærið restinni af grænmetinu saman við og kryddið með salti og pipar eftir smekk. Eldið, án loks, í 10 mínútur í viðbót eða þar til vökvinn hefur gufað upp og byggið er mjúkt. Takið af hitanum.

4. Hrærið restinni af matskeiðinni af smjörinu og ostinum saman við. Berið fram strax.

Prosciutto og egg

Uova al Prosciutto

Fyrir 2 skammta

Vinur sem við ferðuðumst með á Ítalíu var á próteinríku fæði. Hún fór að venjast því að panta disk af prosciutto í morgunmat. Í einu gistihúsi í Montepulciano í Toskana spurði gestgjafinn hvort hún vildi fá egg með prosciutto sínum. Vinur minn sagði já þar sem hann bjóst við að fá soðin egg. Þess í stað kom kokkurinn skömmu síðar með staka pönnu fyllta með sickling prosciutto og sólríkum eggjum. Það leit og lyktaði svo vel að fljótlega voru allir í borðstofunni að panta það sama, þreytta kokknum til mikillar óánægju.

Þetta er tilvalin leið til að nota upp prosciutto sem hefur þornað aðeins í kringum brúnirnar. Berið fram egg með prosciutto í brunch með smurðum aspas og ristuðum tómötum.

1 matskeið af ósaltuðu smjöri

4 til 6 þunnar sneiðar af innfluttum ítölskum prosciutto

4 stór egg

Salt og nýmalaður svartur pipar

1. Í 9 tommu nonstick pönnu, bræðið smjörið við miðlungs lágan hita.

2. Setjið sneiðar af prosciutto á pönnuna, skarast aðeins. Brjótið eggin eitt af öðru ofan í bollann og ýtið eggjunum svo ofan á prosciutto. Stráið salti og pipar yfir.

3. Lokið og eldið við lágan hita þar til eggin eru stillt eftir smekk, um það bil 2 til 3 mínútur. Berið fram heitt.

Bakaður aspas með eggjum

Mílanó aspas

Fyrir 2 til 4 skammta

Blaðamaður spurði mig einu sinni hvað ég borðaði í kvöldmat þegar ég elda fyrir mig. Án þess að hugsa mikið um svaraði ég aspas með eggjum og Parmigiano – það sem Ítalir kalla Milanese. Það er svo gott en samt svo einfalt. Þetta er hugmynd mín um þægindamat.

1 pund af aspas

Salt

3 matskeiðar af ósaltuðu smjöri

Nýmalaður svartur pipar

½ bolli nýrifinn Parmigiano-Reggiano

4 stór egg

1. Skerið botninn af aspasnum þar sem stilkurinn verður hvítur í grænn. Sjóðið um 2 cm af vatni á stórri pönnu. Bætið við aspas og salti eftir smekk. Eldið þar til aspasinn beygir sig örlítið þegar honum er lyft frá stilkendanum, um það bil 4 til 8 mínútur.

Eldunartíminn fer eftir þykkt aspassins. Flyttu aspasinn yfir í sigti með töng. Tæmið, þurrkið síðan.

2. Settu grindina í miðjan ofninn. Forhitið ofninn í 450°F. Smyrjið stórt bökunarform með smjöri.

3. Setjið aspasinn við hliðina á hvort öðru í bökunarforminu og skarist þá aðeins. Stráið 1 matskeið af smjöri yfir, stráið pipar og osti yfir.

4. Bakið í 15 mínútur eða þar til osturinn er bráðinn og gullinn.

5. Bræðið hinar 2 matskeiðar af smjöri sem eftir eru á miðlungshita í stórri nonstick pönnu. Þegar smjörfroðan hefur minnkað skaltu brjóta eitt egg í bolla og renna því varlega á pönnuna. Endurtaktu með eggjunum sem eftir eru. Stráið salti yfir og eldið þar til eggin eru stillt eftir smekk, um það bil 2 til 3 mínútur.

6. Skiptið aspasnum á diska. Setjið egg ofan á. Hellið pönnusafanum yfir og berið fram heitt.

Egg í þrifum

Uova til Hreinsunareldsins

Fyrir 4 skammta

Þegar ég var að alast upp var föstudagsmaturinn heima hjá okkur alltaf kjötlaus máltíð. Máltíðirnar okkar voru byggðar á napólískri matargerð. Kvöldverðurinn samanstóð venjulega af pasta e fagioli (pasta og baunir), túnfisksalati eða þessum ljúffengu eggjum sem voru soðin í sterkri tómatsósu, þess vegna er heillandi nafnið Egg in Purgatory. Þetta er fullkominn réttur þegar maður á ekki mikið í búrinu og langar í eitthvað heitt og fljótlegt. Skylda meðlæti er stökkt brauð.

2 matskeiðar af ólífuolíu

¼ bolli fínt saxaður laukur

2 bollar Pelatas í dós, sneið

4 fersk basilíkublöð, rifin í bita, eða klípa af þurrkuðu oregano

Örlítil mulin rauð paprika (peperoncino)

Salt

8 stór egg

1. Hellið olíunni á meðalstóra pönnu. Bætið lauknum út í og eldið við meðalhita, hrærið, þar til hann er mýktur og gullinn, um það bil 10 mínútur. Bætið tómötum, basil, rauðum pipar og salti eftir smekk. Látið suðuna koma upp og látið malla í 15 mínútur eða þar til þykknar.

2. Brjóttu egg í litla skál. Gerðu inndælingu í tómatsósuna með skeið. Þrýstið eggjunum út í sósuna. Haltu áfram með eggin sem eftir eru.

3. Lokið pönnunni og eldið þar til eggin eru stillt eftir smekk, 2 til 3 mínútur. Berið fram heitt.

Egg í tómatsósu, mars stíl

Uova í Brodett

Fyrir 2 skammta

Jói frændi minn, en fjölskylda hans er frá Marche-héraði á austurströnd Ítalíu, hafði sérstakt lag á að elda egg í tómatsósu. Uppskriftin hans, þó svipuð Egg í þrifum, inniheldur snert af ediki fyrir kryddað bragð.

1 lítill laukur, mjög smátt saxaður

1 msk fersk flat steinselja, mjög smátt söxuð

2 matskeiðar af ólífuolíu

1 1/2 bolli afhýddir, fræhreinsaðir og niðurskornir ferskir tómatar eða tæmdir og saxaðir niðursoðnir tómatar

1 til 2 matskeiðar af hvítvínsediki

Salt og nýmalaður svartur pipar

4 stór egg

1. Í 9 tommu nonstick pönnu, blandaðu saman lauk, steinselju og olíu og eldaðu við miðlungshita, hrærðu stundum þar til laukurinn er mjúkur og gullinn, um það bil 10 mínútur.

2. Hrærið tómötum, ediki, salti og pipar út í eftir smekk. Eldið í 10 mínútur eða þar til sósan þykknar.

3. Brjóttu egg í litla skál. Gerðu inndælingu í sósuna með skeið. Slepptu egginu varlega. Endurtaktu með eggjunum sem eftir eru. Stráið salti og pipar yfir. Lokið og eldið þar til eggin eru stillt eftir smekk, 2 til 3 mínútur. Berið fram heitt.

Egg í Piedmont stíl

Uova al Cirighet

Fyrir 4 skammta

Margir réttir í Piemonte eru kryddaðir með hvítlauk og ansjósu skerpt með ediki. Hér eru eggin svo krydduð og ilmandi.

4 matskeiðar af ólífuolíu

4 ansjósuflök, tæmd og skorin í sneiðar

2 matskeiðar söxuð fersk flatsteinselja

2 matskeiðar kapers, skolaðar og skolaðar

2 hvítlauksgeirar, mjög smátt saxaðir

2 salvíublöð, saxuð

Örlítil mulin rauð paprika

1 matskeið af rauðvínsediki

1 til 2 teskeiðar af ferskum sítrónusafa

2 matskeiðar af ósaltuðu smjöri

8 stór egg

Salt

1. Blandið saman olíu, ansjósu, steinselju, kapers, hvítlauk, salvíu og mulinn rauða pipar í meðalstórum potti. Eldið við meðalhita, hrærið oft, þar til ansjósurnar eru uppleystar, 4 til 5 mínútur. Hrærið ediki og sítrónusafa út í. Eldið í 1 mínútu í viðbót.

2. Bræðið smjörið við meðalhita í stórri pönnu sem festist ekki við. Þegar smjörfroðan hefur minnkað skaltu hella eggjunum varlega á pönnuna. Stráið salti yfir og eldið í 2 til 3 mínútur eða þar til eggin eru komin að smekk.

3. Hellið sósunni yfir eggin. Berið fram strax.

Egg Florentine

Uova alla Fiorentina

Fyrir 4 skammta

Egg Florentine í Bandaríkjunum er oft útbúið með smjöri og ríkri hollandaise sósu. Þetta er útgáfan sem ég átti í Flórens. Í staðinn fyrir smjör er spínatið soðið með hvítlauk og ólífuolíu og aðeins dugar létt parmigiano yfir eggin. Það er miklu léttari undirbúningur, fullkominn fyrir afslappaðan morgunmat.

3 pund spínat, harðir stilkar fjarlægðir

Salt

2 matskeiðar af ólífuolíu

1 hvítlauksgeiri, smátt saxaður

Nýmalaður svartur pipar

8 egg

2 matskeiðar af nýrifnum Parmigiano-Reggiano

1. Þvoið spínatið vel í nokkrum skipti af köldu vatni. Setjið spínatið, 1/2 bolla af vatni og klípu af salti í stóran pott. Lokið pottinum

og kveikið á meðalhita. Eldið í 5 mínútur eða þar til spínatið er visnað og mjúkt. Tæmið spínatið og kreistið úr umframvatninu.

2. Hellið olíu á stóra pönnu. Bætið hvítlauknum út í og eldið þar til hann er gullinn, um það bil 2 mínútur.

3. Hrærið spínatinu saman við og kryddið með salti og pipar eftir smekk. Eldið, hrærið af og til, þar til það er hitað í gegn, um það bil 2 mínútur.

4. Brjóttu egg í litla skál. Gerðu inndælingu í spínatið með skeið. Þrýstið egginu ofan í brunninn. Endurtaktu með eggjunum sem eftir eru.

5. Stráið eggjunum yfir salti og pipar og osti. Lokið pönnunni og eldið í 2 til 3 mínútur eða þar til eggin eru stillt eftir smekk. Berið fram heitt.

Bakað egg með kartöflum og osti

Uova al Forno

Fyrir 4 skammta

Napólískur þægindamatur er besta leiðin til að lýsa þessari lagskiptu kartöflu-, osta- og eggjapott sem mamma var vanur að búa til handa mér þegar ég var krakki.

1 pund alhliða kartöflur, eins og Yukon gold

Salt

1 matskeið af ósaltuðu smjöri

8 aura af ferskum sneiðum mozzarella

4 stór egg

Nýmalaður svartur pipar

2 matskeiðar af Parmigiano-Reggiano

1. Hreinsið og afhýðið kartöflurnar. Skerið þær í 1/4 tommu þykkar sneiðar. Setjið kartöflurnar í meðalstóran pott með köldu vatni til að hylja og saltið eftir smekk. Lokið og látið suðuna koma upp. Eldið þar til kartöflurnar eru orðnar meyrar þegar

þær eru stungnar með gaffli, um það bil 10 mínútur. Tæmið kartöflurnar og kælið aðeins.

2. Settu grindina í miðjan ofninn. Forhitið ofninn í 400°F. Smjörið botninn og hliðarnar á 9 tommu fermetra pönnu. Raðið kartöflusneiðunum á bökunarplötuna, skarast þær aðeins. Setjið ostsneiðar ofan á kartöflur. Brjótið eggin í litla skál og ýtið þeim síðan ofan á ostinn. Stráið salti, pipar og rifnum Parmigiano-Reggiano yfir.

3. Bakið þar til eggin eru stillt eftir smekk, um það bil 15 mínútur. Berið fram heitt.

Paprika og egg

Pepperoni er aðeins Uova

Fyrir 4 skammta

Brenndar paprikur eða kartöflur með eggjahræru eru góðar sem snarl með grilluðum pylsum eða borin fram fylltar í sneiðar af ítölsku brauði fyrir klassískar hetjusamlokur.

¼ bolli ólífuolía

2 meðal rauðar paprikur, skornar í bita

1 meðalstór græn paprika, skorin í hæfilega stóra bita

1 lítill laukur, þunnt sneið

Salt

8 stór egg

¼ bolli nýrifinn Parmigiano-Reggiano

Nýmalaður svartur pipar

1. Hitið olíu í 9 tommu nonstick pönnu yfir miðlungshita. Bætið papriku, lauk og salti eftir smekk. Eldið, hrærið oft, þar til

paprikan er brún, um 20 mínútur. Lokið og eldið í 5 mínútur í viðbót eða þar til paprikan er orðin mjög mjúk.

2. Í meðalstórri skál, þeytið eggin með ostinum og bætið við salti og muldum pipar eftir smekk. Hellið eggjunum yfir paprikuna og látið harðna í stutta stund. Snúið paprikunni og eggjunum með spaða eða skeið þannig að eitthvað af eggjunum komist upp á pönnuna. Látið eggin stífna og blandið aftur. Endurtaktu að hræra og elda þar til eggin eru stillt eftir smekk, um það bil 2 til 3 mínútur. Berið fram heitt.

Kartöflur og egg

Patate con le Uuova

Fyrir 4 skammta

Kartöflur hrærðar með eggjum er klassísk samsetning sem finnst um Suður-Ítalíu. Hægt er að steikja litla, þunnar papriku eða lauk - eða bæði - saman við kartöflurnar ef vill. Berið það fram með pylsum í brunch, eða fyllið kartöflur og egg í ítalskt brauð fyrir hetjusamloku.

¼ bolli ólífuolía

4 vaxkenndar nýjar kartöflur, skrældar og skornar í 1/4 tommu báta

Salt

8 stór egg

Nýmalaður svartur pipar

1. Hitið olíu í 9 tommu nonstick pönnu yfir miðlungshita. Þurrkaðu kartöflusneiðarnar og settu þær á pönnuna. Eldið, snúið bitunum oft, þar til kartöflurnar eru brúnar og mjúkar, um það bil 10 mínútur. Stráið salti yfir.

2. Þeytið eggin í meðalstórri skál með salti og pipar eftir smekk. Hellið eggjunum á pönnuna og látið harðna í stutta stund. Snúið kartöflum og eggjum með spaða eða skeið þannig að eitthvað af eggjunum komist upp á pönnuna. Látið eggin stífna og blandið aftur. Endurtaktu að hræra og elda þar til eggin eru stillt eftir smekk, um það bil 2 til 3 mínútur. Berið fram heitt.

Bökunarréttur með sveppum og eggjum

Funghi tengdafaðir

Fyrir 4 skammta

Egg blandað með sveppum henta vel í léttan kvöldverð eða snarl. Hvítir sveppir eru fínir, en villisveppir gefa frábært jarðbragð.

3 matskeiðar af ósaltuðu smjöri

1 lítill laukur, smátt saxaður

2 bollar sneiddir sveppir

Salt og nýmalaður svartur pipar

8 stór egg

1. Bræðið smjörið á miðlungshita í 9 tommu nonstick pönnu. Bætið við lauk, sveppum og salti og pipar eftir smekk. Eldið, hrærið af og til, þar til sveppir eru léttbrúnar, um það bil 10 mínútur.

2. Þeytið eggin í meðalstórri skál með salti og pipar eftir smekk. Hellið eggjunum yfir grænmetið og látið harðna í stutta stund. Snúið sveppunum og eggjunum með spaða eða skeið þannig að eitthvað af eggjunum komist upp á pönnuna. Látið eggin stífna og blandið aftur. Endurtaktu að hræra og elda þar til eggin eru stillt eftir smekk, um það bil 2 til 3 mínútur. Berið fram heitt.

Frittata með lauk og rucola

Frittata di Cipolle e Rughetta

Fyrir 4 skammta

Dag einn kom gamall vinur mömmu frá Palermo á Sikiley í heimsókn. Við þekktum hana sem Zia Millie, þó hún væri í rauninni ekki frænka. Hún bauðst til að búa til salat fyrir máltíðina okkar og spurði hvort ég ætti mjúkan lauk, eins og rauða eða hvíta. Ég átti bara gula laukinn sem ég nota venjulega til að elda, en hún sagði að það væri í lagi. Hún skar laukinn í þunnar sneiðar og lagði hann í bleyti nokkrum sinnum í köldu vatni, sem fjarlægði sterka safann. Þegar við vorum tilbúin að borða salatið var laukurinn sætur eins og önnur mildari afbrigði. Ég nota þessa aðferð oft þegar mig langar í milt laukbragð.

Þessi frittata frá Puglia er bragðbætt með lauk og rucola. Ef þú átt ekki rucola, skiptu því út fyrir vatnakars eða spínatlauf.

2 meðalstórir laukar, þunnar sneiðar

3 matskeiðar af ólífuolíu

1 stór búnt af rucola, harðir stilkar fjarlægðir, rifnir í litla bita (um 2 bollar)

8 stór egg

¼ bolli nýrifinn Parmigiano-Reggiano

Salt og nýmalaður svartur pipar

1. Setjið laukinn í skál með köldu vatni til að hylja. Látið standa í 1 klukkustund, skiptið um vatnið einu sinni eða tvisvar þar til laukurinn er sætur. Tæmdu og þurrkaðu.

2. Hellið olíu í 9 tommu nonstick pönnu. Bætið lauknum út í. Eldið við meðalhita, hrærið stundum, þar til laukurinn er orðinn mjúkur og gullinn, um það bil 10 mínútur. Hrærið rukkuna þar til það er visnað, um það bil 1 mínútu.

3. 3 Þeytið eggin, ostinn og salt og pipar eftir smekk í meðalstórri skál. Hellið eggjunum yfir grænmetið á pönnunni og lækkið hitann. Setjið lok á og eldið þar til eggin eru rétt stíf en enn rak í miðjunni og frittatan er léttbrúnuð á botninum, um það bil 5 til 10 mínútur.

4. Notaðu spaða til að ýta frittatunni á disk. Hvolfið pönnunni yfir plötu og snúið plötunni og pönnunni fljótt við þannig að frittatan sé aftur komin á pönnuna með bakaðri hlið upp. Eldið þar til það er sett í miðjuna, um það bil 5 mínútur í viðbót. Eða, ef þú vilt

ekki snúa því, renndu pönnunni undir grillið í 3 til 5 mínútur eða þar til eggin eru tilbúin eftir smekk.

5. Setjið frittatan á disk og skerið í báta. Berið fram heitt eða við stofuhita.

Kúrbít og basil frittata

Kúrbít frittata

Fyrir 4 skammta

Mamma ræktaði kúrbít í litla bakgarðinum okkar í Brooklyn. Á hátindi tímabilsins stækkuðu þeir svo hratt að við getum varla notað þá nógu hratt. Það var þegar mamma gerði þessa einföldu frittata sem við borðuðum með fersku tómatsalati. Heimabakaði kúrbíturinn, ekki stærri en pylsa, var mildur og ilmandi, með örsmá fræ og þunnt hýði.

3 matskeiðar af ólífuolíu

2 til 3 lítil kúrbít (um 1 pund), afhýdd og skorin í sneiðar

8 stór egg

¼ bolli nýrifinn Parmigiano-Reggiano

6 fersk basilíkublöð, brotin saman og skorin í þunnar strimla

Salt og nýmalaður svartur pipar

1. Hitið olíu í 9 tommu nonstick pönnu yfir miðlungs háum hita. Bætið kúrbítnum út í og eldið, snúið bitunum af og til þar til kúrbíturinn er fallega brúnn, um það bil 12 mínútur.

2. Í stórri skál, þeytið saman egg, ost, basil og salt og pipar eftir smekk. Lækkið hitann í miðlungs. Hellið blöndunni yfir kúrbítinn. Lyftu brúnum frittatunnar þegar hún stífnar til að leyfa ósoðnu egginu að ná yfirborði pönnunnar. Eldið þar til eggin eru rétt stíf en enn rak í miðjunni og frittatan er léttbrúnuð á botninum, um það bil 5 til 10 mínútur.

3. Renndu frittatunni á disk og hvolfið pönnunni síðan á disk. Snúðu plötunni og pönnu fljótt við svo frittatan sé soðin með hliðinni upp. Eldið þar til það er sett í miðjuna, um það bil 5 mínútur í viðbót. Eða, ef þú vilt ekki snúa því, renndu pönnunni undir grillið í 3 til 5 mínútur eða þar til það er brúnt eftir smekk. Berið fram heitt eða við stofuhita.

4. Setjið frittatan á disk og skerið í báta. Berið fram heitt eða kalt og berið fram kalt.

Frittata með hundrað kryddjurtum

Frittata con Cento Erbe

Fyrir 4 skammta

Þó ég noti venjulega bara fimm eða sex kryddjurtir í þessa Friuli-Julian frittata, eins og nafnið gefur til kynna, eru möguleikarnir miklu stærri og hægt að nota hvaða ferskar kryddjurtir sem þú hefur við höndina. Fersk steinselja er nauðsynleg, en ef einu aðrar kryddjurtirnar sem þú hefur við höndina eru þurrkaðar skaltu bara nota smá klípu eða þær smakkast ótrúlega.

8 stór egg

¼ bolli nýrifinn Parmigiano-Reggiano

2 matskeiðar af fínt saxaðri ferskri flatsteinselju

2 matskeiðar af fínt saxaðri ferskri basilíku

1 msk saxaður ferskur graslaukur

1 tsk af söxuðum fersku estragon

1 tsk smátt saxað ferskt timjan

Salt og nýmalaður svartur pipar

2 matskeiðar af ólífuolíu

1. Í stórri skál, þeytið eggin, ostinn, kryddjurtirnar og salt og pipar eftir smekk þar til það hefur blandast vel saman.

2. Hitið olíuna yfir miðlungshita í 9 tommu nonstick pönnu. Hellið eggjablöndunni á pönnuna. Lyftu brúnum frittatunnar þegar hún stífnar til að leyfa ósoðnu egginu að ná yfirborði pönnunnar. Eldið þar til eggin eru rétt stíf en enn rak í miðjunni og frittatan er léttbrúnuð á botninum, um það bil 5 til 10 mínútur.

3. Renndu frittatunni á disk og hvolfið pönnunni síðan á disk. Snúðu plötunni og pönnu fljótt við svo frittatan sé soðin með hliðinni upp. Eldið þar til það er sett í miðjuna, um það bil 5 mínútur í viðbót. Eða, ef þú vilt ekki snúa því, renndu pönnunni undir grillið í 3 til 5 mínútur eða þar til það er brúnt eftir smekk. Berið fram heitt eða við stofuhita.

Spínat frittata

Spínat frittata

Fyrir 4 skammta

Þú getur notað spínat, escarole, svissneska chard eða annað grænmeti í þessa frittata. Berið fram með steiktum sveppum og sneiðum tómötum.

1 pund ferskt spínat, saxað

¼ bolli af vatni

Salt

8 stór egg

¼ bolli þungur rjómi

½ bolli nýrifinn Parmigiano-Reggiano

2 matskeiðar af ósaltuðu smjöri

1. Setjið spínat, vatn og salt eftir smekk í stórum potti. Lokið og eldið við meðalhita þar til það er mjúkt og visnað, um það bil 5 mínútur. Tæmdu vel. Kælið aðeins. Settu spínatið í eldhúshandklæði og þrýstu því út til að losa vökvann.

2. Í stórri skál, þeytið egg, rjóma, ost og salt og pipar eftir smekk. Hrærið spínatinu saman við.

3. Bræðið smjörið á miðlungshita í 9 tommu nonstick pönnu. Hellið blöndunni í pönnuna. Lyftu brúnum frittatunnar þegar hún stífnar til að leyfa ósoðnu egginu að ná yfirborði pönnunnar. Eldið þar til eggin eru rétt stíf en enn rak í miðjunni og frittatan er léttbrúnuð á botninum, um það bil 5 til 10 mínútur.

4. Renndu frittatunni á disk og hvolfið pönnunni síðan á disk. Hvolfið plötunni og pönnunni hratt þannig að frittatan sé soðin upp á við. Eldið þar til það hefur setið í miðjunni, um það bil 5 mínútur í viðbót. Eða, ef þú vilt ekki snúa því, renndu pönnunni undir grillið í 3 til 5 mínútur eða þar til það er brúnt eftir smekk. Berið fram heitt eða við stofuhita.

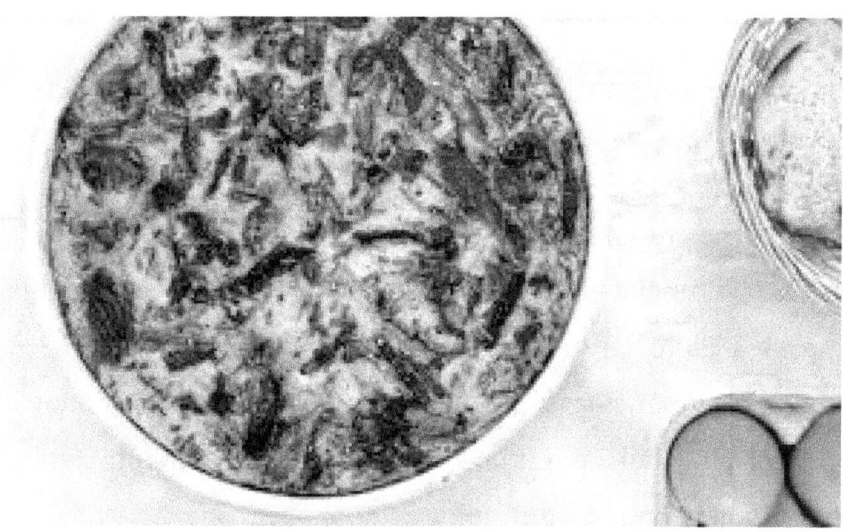

Frittata með sveppum og Fontina

Frittata di Funghi e Fontina

Fyrir 4 skammta

Ekta Fontina Valle d'Aosta hefur viðarkenndan sveppailm og passar fullkomlega með hvaða svepparétti sem er. Notaðu villisveppi ef þú vilt þá frekar en hvíta.

3 matskeiðar af ósaltuðu smjöri

8 aura sveppir, helmingaðir eða fjórðungir ef þeir eru stórir

Salt og nýmalaður svartur pipar

8 stór egg

2 matskeiðar söxuð fersk flatsteinselja

4 aura Fontina Valle d'Aosta, sneið

1. Bræðið smjörið á miðlungshita í 9 tommu nonstick pönnu. Bæta við sveppum og salti og pipar eftir smekk. Eldið, hrærið oft, þar til sveppir eru léttbrúnar, um það bil 10 mínútur.

2. Þeytið eggin í stóra skál með steinseljunni og salti og pipar eftir smekk. Lækkið hitann í miðlungs. Hellið blöndunni yfir sveppina.

Lyftu brúnum frittatunnar þegar hún stífnar til að leyfa ósoðnu egginu að ná yfirborði pönnunnar. Setjið lok á og eldið þar til eggin eru rétt stíf en enn rak í miðjunni og frittatan er léttbrúnuð á botninum, um það bil 5 til 10 mínútur.

3. Setjið ostsneiðar ofan á. Renndu pönnunni undir grillið og eldið í 1 til 3 mínútur, eða þar til osturinn er bráðinn og eggin eru soðin eftir smekk. Eða, ef þú vilt, hylja pönnuna og elda í 3 til 5 mínútur, þar til osturinn er bráðinn og eggin eru eftir smekk.

4. Renndu frittatunni á framreiðsludisk. Berið fram heitt.

Napólísk spaghetti frittata

Frittata di Spaghetti

Fyrir 6 máltíðir

Á fjölskyldusamkomu fyrir nokkrum árum byrjaði fjarskyld ættingi að tala um uppáhalds uppskriftirnar hennar. Hún lýsti flatu, gylltu pastakökunni sem var fyllt með kjöti og ostum sem börnin hennar báðu sífellt um. Ég skrifaði niður leiðbeiningarnar hennar og prófaði það heima. Þetta var eins gott og hún sagði og ég hef síðan lært að þetta er hefðbundin napólísk uppskrift. Þótt hægt væri að búa til spaghetti bara fyrir þennan rétt, þá er það jafnan búið til með afgangum.

8 stór egg

½ bolli nýrifinn Parmigiano-Reggiano eða Pecorino Romano

Salt og nýmalaður svartur pipar

12 aura spaghetti eða annað pasta, soðið og tæmt

4 aura sneið salami, innfluttur ítalskur prosciutto eða skinka, skorin í þunnar ræmur

2 matskeiðar af ólífuolíu

8 aura mozzarella, þunnt sneið

1. Í stórri skál, þeytið saman egg, ost og salt og pipar eftir smekk. Hrærið spaghetti og salami saman við.

2. Hitið olíu í 9 tommu nonstick pönnu yfir miðlungshita. Bætið helmingnum af spagettíblöndunni saman við. Hyljið með ostsneiðum. Hellið restinni af pastablöndunni yfir ostinn.

3. Dragðu úr hita niður í lágan. Eldið spagettíið, sléttið yfirborðið af og til þannig að pastað festist og myndi köku. Eftir um það bil 5 mínútur skaltu renna spaða um brún formsins og lyfta kökunni varlega til að passa að hún festist ekki. Eldið þar til eggin eru stíf og frittatan er léttbrúnuð á botninum, um það bil 15 til 20 mínútur.

4. Renndu frittatunni á disk og hvolfið pönnunni síðan á disk. Snúðu plötunni og pönnu fljótt við svo frittatan sé soðin með hliðinni upp. Eldið þar til það er sett í miðjuna, um það bil 5 mínútur í viðbót. Eða, ef þú vilt ekki snúa því, renndu pönnunni undir grillið í 3 til 5 mínútur eða þar til það er brúnt eftir smekk. Berið fram heitt eða við stofuhita.

Pasta frittata

Frittata di Pasta

Fyrir 4 skammta

Þú getur endurunnið hvaða pastaafgang sem er í þessa ljúffengu frittata. Hvort sem pastað er venjulegt eða kryddað með tómötum, kjötsósu eða grænmeti, þá verður þessi frittata alltaf frábær. Spuna með því að bæta niðursneiddum pylsum, skinku, osti eða einhverju soðnu grænmeti í sneiðum. Magn skiptir ekki öllu máli.

6 stór egg

1/2 bolli nýrifinn Parmigiano-Reggiano

Salt og nýmalaður svartur pipar

8 aura af soðnu pasta, með eða án sósu

2 matskeiðar af ólífuolíu

1. Í stórri skál, þeytið saman egg, ost og salt og pipar eftir smekk. Hrærið soðnu pastanu saman við.

2. Hitið olíu í 9 tommu nonstick pönnu yfir miðlungshita. Bætið pastablöndunni út í og þrýstið henni flatt. Eldið þar til eggin eru

aðeins stíf en enn rak í miðjunni og frittatan er léttbrúnuð á botninum, um það bil 10 mínútur.

3. Renndu frittatunni á disk og hvolfið pönnunni síðan á disk. Snúðu plötunni og pönnu fljótt við svo frittatan sé soðin með hliðinni upp. Eldið þar til það er sett í miðjuna, um það bil 5 mínútur í viðbót. Eða, ef þú vilt ekki snúa því, renndu pönnunni undir grillið í 3 til 5 mínútur eða þar til það er brúnt eftir smekk. Berið fram heitt eða við stofuhita.

Lítil eggjakaka

Frittatina

Fyrir 6 máltíðir

Grillaðar eins og pönnukökur, litlar eggjakaka eru frábærar bornar fram sem hluti af forrétti eða notaðar sem fylling fyrir samlokur. Þessi útgáfa af blaðlauk og káli er frá Piedmont.

Um 1/4 bolli ólífuolía

3 bollar smátt skorið hvítkál

1 meðalstór blaðlaukur, skorinn og þunnt skorinn

6 stór egg

1/2 bolli nýrifinn Parmigiano-Reggiano

1/2 tsk salt

Nýmalaður svartur pipar

1. Í 9 tommu þungri nonstick pönnu, hitið 3 matskeiðar olíu yfir miðlungs lágan hita. Hrærið hvítkál og blaðlauk saman við. Setjið lok á pönnuna og eldið, hrærið af og til, þar til kálið er mjög mjúkt, um það bil 30 mínútur. Látið kólna.

2. Í meðalstórri skál, þeytið saman egg, ost og salt og pipar eftir smekk. Hrærið grænmetisblöndunni saman við.

3. Smyrjið létt á pönnu eða stóra pönnu sem festist ekki. Hitið á meðalhita.

4. Hrærið eggjablönduna og setjið 1/4 bolla á pönnu með skeið, með um 4 tommu millibili milli eggjakaka. Fletjið aðeins út með bakinu á skeið. Eldið þar til eggin eru stíf og eggjakökurnar byrja að brúnast á botninum, um það bil 2 mínútur. Snúðu eggjakökunum við með pönnukökusnúra og eldaðu þær á hinni hliðinni í um það bil 1 mínútu í viðbót. Setjið eggjakökuna á disk.

5. Eldið restina af eggjakökunum á sama hátt. Berið fram heitt eða við stofuhita.

Frittata með ricotta og kúrbítsblómum

Frittata di Fiori og Ricotta

Fyrir 4 skammta

Kúrbítblóm eru ekki bara falleg heldur líka ljúffeng að borða – eitthvað sem Ítalir þekkja vel. Bændamarkaðurinn minn á staðnum var með gnægð af kúrbítsblómum einn laugardaginn. Ég keypti til að troða og steikja, en ég átti nóg af, svo ég gerði þessa frittötu með blómunum sem eftir voru. Það var viðkvæmt og ljúffengt; Ég hef margoft gert hann í brunch síðan þá.

Það er líka hægt að gera með bara ricotta ef þú átt ekki kúrbítsblóm.

2 matskeiðar af ósaltuðu smjöri

6 squash eða önnur squashblóm, þvegin og þurrkuð

6 stór egg, þeytt

¼ bolli nýrifinn Parmigiano-Reggiano

Salt og nýmalaður pipar

1 bolli ricotta

1. Bræðið smjörið á miðlungshita í 9 tommu nonstick pönnu. Setjið kúrbítsblómin í hjóllaga pönnu.

2. Í meðalstórri skál, þeytið eggin, Parmigiana og salt og pipar eftir smekk. Hellið blöndunni varlega yfir blómin án þess að blanda þeim saman. Hellið ricotta yfir pönnuna. Lyftu brúnum frittatunnar þegar hún stífnar til að leyfa ósoðnu egginu að ná yfirborði pönnunnar. Eldið þar til eggin eru rétt stíf en enn rak í miðjunni og frittatan er léttbrúnuð á botninum, um það bil 5 til 10 mínútur.

3. Renndu frittatunni á disk og hvolfið pönnunni síðan á disk. Snúðu plötunni og pönnu fljótt við svo frittatan sé soðin með hliðinni upp. Eldið þar til það er sett í miðjuna, um það bil 5 mínútur í viðbót. Eða, ef þú vilt ekki snúa því, renndu pönnunni undir grillið í 3 til 5 mínútur eða þar til eggin eru tilbúin eftir smekk. Berið fram heitt eða við stofuhita.

Eggjakaka í tómatsósu

Fettuccine di Frittata

Fyrir 4 skammta

Ekkert pasta? Án vandræða. Búðu til þunna frittata og skera hana í strimla til að líkjast fettuccine. Þó að þessi réttur sé þekktur víða um Ítalíu sem fettuccine di frittata, er þessi réttur í Róm kallaður trippe finte, sem þýðir falsþrif, vegna þess að egglengjurnar líkjast innmat þegar þær eru soðnar á þennan hátt. Berið það fram í hádegismat eða kvöldmat með hvaða árstíðabundnu grænmeti eða grænu salati sem er.

   2 bollar<u>Fersk tómatsósa</u>eða<u>Toskana tómatsósa</u>

8 stór egg

¼ bolli nýrifinn Parmigiano-Reggiano, auk meira til framreiðslu

1 msk söxuð fersk flat steinselja

1 teskeið af salti

Nýmalaður svartur pipar

2 matskeiðar af ósaltuðu smjöri

1. Ef nauðsyn krefur, undirbúið tómatsósu. Settu síðan grindina í miðjan ofninn. Forhitið ofninn í 400°F. Smyrjið ríkulega 13 x 9 x 2 tommu bökunarform.

2. Í meðalstórri skál, þeytið saman egg, 1/4 bolla ost, steinselju og salt og pipar eftir smekk. Hellið eggjablöndunni í tilbúna pönnuna. Bakið í 8 til 10 mínútur eða þar til eggin hafa rétt stífnað og hnífur sem stungið er í miðjuna kemur hreinn út.

3. Hlaupa hníf í kringum brúnina á pönnunni. Snúið eggjunum út á skurðbretti. Skerið eggjakökuna í 1/2 tommu ræmur.

4. Í 9 tommu nonstick pönnu, hitið sósu við lágan hita þar til hún er að malla. Þrýstið eggjastrimlunum ofan í sósuna. Eldið í 2 til 3 mínútur á meðan hrært er varlega. Berið fram heitt með rifnum osti.

Sjóbirta með ólífu mola

Branzino alle Olive

Fyrir 4 skammta

Ólífutré vaxa í gnægð um Toskana. Flestar ólífur eru pressaðar til að búa til olíu, en matreiðslumenn hafa samt nóg af ljúffengum ólífum í boði. Hér bragðbæta þeir brauðmylsnuna sem stráð er ofan á sjóbirtingsflökin.

¾ bolli af venjulegu þurru brauðraspi, helst heimagerðu

⅓ bolli smátt saxaðar mildar svartar ólífur

1 hvítlauksgeiri, smátt saxaður

1 msk söxuð fersk flat steinselja

1 tsk af rifnum sítrónuberki

Salt

Nýmalaður svartur pipar

Um 1/4 bolli ólífuolía

1 1/2 pund sjóbirtingsflök eða annar þéttur hvítur fiskur, roðlaus

1. Settu grindina í miðjan ofninn. Forhitið ofninn í 450°F. Smyrjið stórt bökunarform.

2. Setjið brauðrasp, ólífur, hvítlauk, steinselju, sítrónuberki, smá salt og svartan pipar eftir smekk í skál. Bætið ólífuolíu saman við og blandið vel saman.

3. Raðið fiskinum í eitt lag á pönnunni. Stráið brauðmylsnu ofan á flökin.

4. Bakið í 8 til 10 mínútur, allt eftir þykkt fisksins, eða þar til molarnir eru orðnir gylltir og fiskurinn varla ógagnsær þegar hann er skorinn í þykkasta hlutann. Berið fram strax.

Sjóbirta með sveppum

Branzino alla Romana

Fyrir 4 skammta

Að setja bragðgóðu fyllinguna á milli tveggja beinlausra fiskflökum er góð leið til að fá bragðið af fylltum fiski án þess að þurfa að eiga við beinin. Hægt er að nota hvaða stærra fiskflök sem er, td lax, grófa eða kolmunna. Veldu tvö flök af svipaðri stærð og lögun.

4 matskeiðar af ólífuolíu

3 grænir laukar, saxaðir

1 hvítlauksgeiri, saxaður

8 aura hvítir sveppir, sneiddir og saxaðir

2 ansjósuflök, skorin í teninga

Salt og nýmalaður svartur pipar

½ bolli þurrt hvítvín

2 matskeiðar söxuð fersk flatsteinselja

2 matskeiðar af venjulegu brauðrasp

2 flök af sjóbirtingi, grófu eða álíka laguðum bláfiski (um 3/4 pund hvert), roðið fjarlægt

1. Settu grindina í miðjan ofninn. Forhitið ofninn í 400°F. Smyrjið bökunarplötu sem er nógu stór til að setja samanbrotin flök.

2. Hellið 3 msk af olíu á stóra pönnu. Bætið græna lauknum og hvítlauknum út í og eldið við meðalhita þar til það er mjúkt, um það bil 5 mínútur. Hrærið sveppunum, ansjósunum og salti og pipar saman við eftir smekk. Eldið í 5 mínútur, hrærið af og til. Bætið víninu út í og látið malla í 15 mínútur eða þar til vökvinn gufar upp. Takið af hellunni og hrærið steinselju og brauðmylsnu saman við.

3. Setjið flök með roðhliðinni niður á pönnuna.

4. Dreifið um tveimur þriðju af sveppablöndunni yfir flökin á pönnunni. Setjið annað flakið með roðhliðinni ofan á og dreifið afganginum af sveppablöndunni ofan á. Dreypið restinni af matskeiðinni af olíu yfir.

5. Bakið í 15 til 20 mínútur, fer eftir þykkt, eða þar til fiskurinn er varla ógagnsær þegar hann er skorinn í þykkasta hlutann. Berið fram heitt.

Turbot flök með ólífumauki og tómötum

Rhombus með ólífupasta

Fyrir 4 skammta

Stór krukka af svörtu ólífumauki sem kom heim frá Ítalíu og nokkrir þroskaðir tómatar veittu mér innblástur til að koma með þessa ljúffengu uppskrift.

1½ pund túrbota, sjóbirtingur eða önnur þykk flök af hvítfiski

2 matskeiðar svart ólífumauk eða mjög smátt saxaðar mildar svartar ólífur

2 meðalstórir tómatar, skornir í teninga

6 fersk basilíkublöð, rúlluð og skorin þversum í þunnar strimla

1. Settu grindina í miðjan ofninn. Forhitið ofninn í 450°F. Smyrjið bökunarplötu sem er nógu stór til að setja flökin í eitt lag.

2. Raðið flökum í einu lagi á ofnplötu. Smyrjið flökin með ólífumauki. Raðið tómötunum og basilíkunni yfir fiskinn.

3. Bakið í 8 til 10 mínútur, fer eftir þykkt, þar til fiskurinn er varla ógagnsær þegar hann er skorinn í þykkasta hlutann. Berið fram strax.

Bakaður þorskur

Merluzzo alla Griglia

Fyrir 4 skammta

Red snapper, grouper og mahi-mahi eru aðrir góðir kostir fyrir þennan grunnbakaða fisk. Borið fram með<u>Kartöflumús með ólífum og steinselju</u>og<u>Spergilkál með olíu og sítrónu</u>.

1 1/2 pund af ferskum þorskflökum

3 matskeiðar af ólífuolíu

2 matskeiðar af rauðvínsediki

2 hvítlauksgeirar, þunnar sneiðar

1 tsk þurrkað oregano, mulið

Salt og nýmalaður svartur pipar

2 matskeiðar söxuð fersk flatsteinselja

1 sítróna, skorin í báta

1. Hitið kjúklinginn hátt. Smyrjið bökunarplötu sem er nógu stór til að geyma fiskinn í einu lagi. Setjið fiskinn á pönnuna.

2. Blandið saman olíu, ediki, hvítlauk, oregano og salti og pipar eftir smekk. Hellið blöndunni yfir fiskflökin. Stráið helmingi steinseljunnar yfir.

3. Bakið fiskinn í 8 til 10 mínútur, eftir þykkt, eða þar til hann er næstum ógagnsær þegar hann er skorinn í þykkasta hlutann. Stráið afganginum af steinseljunni yfir. Berið fram heitt með sítrónubátum.

Fiskur í "brjáluðu vatni"

Pesce í Acqua Pazza

Fyrir 4 skammta

Nákvæmlega hvers vegna þessi napólíska matreiðsla á fiski er kölluð geðveikt vatn er ekki víst, en líklega er það tilvísun í sjóinn sem sjómenn notuðu eitt sinn til að elda ferskan afla sinn. Þó þessi aðferð sé venjulega notuð til að elda heilan fisk þá finnst mér hún virka vel með flökum líka. Notaðu þétt afbrigði sem heldur lögun sinni á meðan þú eldar.

3 matskeiðar af ólífuolíu

1 hvítlauksrif, þunnt sneið

4 kirsuberjatómatar, skornir í tvennt, fjarlægðu fræin og saxið

1 msk söxuð fersk flat steinselja

Örlítil mulin rauð paprika

½ bolli vatn

Salt eftir smekk

1 1/2 pund af stífum fiskflökum, eins og sjóbirtingi, túrbota eða lúðu

1. Hellið ólífuolíu á stóra pönnu. Bætið hvítlauk út í og eldið við meðalhita þar til hann er gullinn, um það bil 5 mínútur. Bætið tómötum, steinselju, rauðum pipar, vatni og salti eftir smekk. Sjóðið og eldið í 5 mínútur.

2. Bætið fiskinum á pönnuna og hellið sósunni yfir. Lokið og eldið í 5 til 10 mínútur, eða þar til fiskurinn er varla ógagnsær þegar hann er skorinn í þykkasta hlutann. Berið fram heitt.

Blár fiskur með sítrónu og myntu

Pesce Azzurro al Limone

Fyrir 4 skammta

Vegna þess að þeir hafa hærra fituinnihald en aðrar tegundir hafa dökkholda fiskar eins og bláfiskur sterkara bragð. Suður-Ítalir elda þær í dýrindis og frískandi marinering með hvítlauk, myntu og sítrónu.

2 stór hvítlauksrif, smátt saxuð

3 matskeiðar af ólífuolíu

¼ bolli af ferskum sítrónusafa

½ tsk af nýrifnum sítrónuberki

Salt og nýmalaður svartur pipar eftir smekk

¼ bolli söxuð fersk mynta

1½ punda kolmunna- eða makrílflök

1. Blandið saman hvítlauk, ólífuolíu, sítrónusafa, börk og salti og pipar í grunnri skál. Hrærið myntunni saman við. Bætið fiskinum

við, snúið flökunum við þannig að þau verði húðuð á öllum hliðum. Lokið og látið marinerast í 1 klukkustund í kæli.

2. Forhitið grillið. Setjið fiskinn í grillpönnu með roðhliðinni niður. Eldið flökin í 8 til 10 mínútur, allt eftir þykkt fisksins, stráið þau einu sinni með marineringunni eða þar til þau eru ljósbrúnt og varla ógagnsæ í þykkasta hlutanum. Það er óþarfi að snúa fiskinum. Berið fram heitt.

Bólstraður sóli

Sogliole Ripiene

Fyrir 4 skammta

Tilvist rúsínna, furuhnetna og kapers í þessari ljúffengu fyllingu er yfirleitt merki um sikileyska matargerð, þó þessi uppskrift komi frá Liguria. Burtséð frá uppruna hennar, lýsir fyllingin upp venjuleg hvít fiskflök. Veljið stór, þunn flök eins og sóla eða flundru.

½ bolli venjulegt brauðrasp

2 matskeiðar af furuhnetum

2 matskeiðar af rúsínum

2 matskeiðar kapers, skolaðar og skolaðar

1 msk söxuð fersk flat steinselja

1 lítill hvítlauksgeiri, smátt saxaður

3 matskeiðar af ólífuolíu

2 matskeiðar af ferskum sítrónusafa

Salt og nýmalaður svartur pipar

4 stór sóla, flundra eða önnur þunn flök (um 1 1/2 pund)

1. Settu grindina í miðjan ofninn. Forhitið ofninn í 400°F. Smyrjið stórt bökunarform.

2. Blandið saman brauðrasp, furuhnetum, rúsínum, kapers, steinselju og hvítlauk. Bætið 2 msk olíu, sítrónusafa og salti og pipar eftir smekk.

3. Setjið til hliðar 2 matskeiðar af molablöndunni. Skiptið afgangnum í helminginn af hverju flaki. Brjótið flökin saman til að hylja fyllinguna. Raðið flökunum á bökunarplötuna. Stráið frátekinni molablöndunni yfir. Dreypið 1 matskeið olíu sem eftir er yfir.

4. Bakið í 6 til 8 mínútur eða þar til það er varla ógagnsætt þegar skorið er í þykkasta hlutann. Berið fram heitt.

Sóli með basil og möndlum

Sogliola með Basilico e Mandorle

Fyrir 4 skammta

Andrea Felluga frá Livio Felluga víngerðinni tók við manninn minn undir sinn verndarvæng og sýndi okkur Friuli-Julian sveitina sína. Ein af ógleymanlegu borgunum sem við heimsóttum var Gradež við Adríahafsströndina. Gradež, sem staðsett er á eyju, var athvarf fyrir rómverska borgara í nágrenninu Aquileia sem voru að flýja árás Attila Húna á fimmtu öld. Í dag er það stranddvalarstaður, þó að fáir aðrir en Ítalir virðast heimsækja, og flykkjast þess í stað til nærliggjandi Feneyja. Við borðuðum sjóbirtinginn sem er útbúinn á þennan hátt á Colussi veitingastaðnum, líflegum veitingastað með dæmigerðum héraðsmat.

4 stór sóla, flundra eða önnur þunn flök (um 1 1/2 pund)

Salt og nýmalaður svartur pipar

6 fersk basilíkublöð, smátt skorin

2 matskeiðar af ósaltuðu smjöri, brætt

1 matskeið af ferskum sítrónusafa

¼ bolli sneiðar möndlur eða furuhnetur

1. Settu grindina í miðjan ofninn. Forhitið ofninn í 350°F. Smyrjið lítið bökunarform með smjöri.

2. Skerið sólarflökin í tvennt eftir endilöngu. Setjið flökin með skinnhliðinni upp á slétt yfirborð og stráið salti og pipar yfir. Stráið helmingnum af basil, smjöri og sítrónusafa yfir. Byrjaðu á breiðari endanum og rúllaðu fiskbitunum. Settu rúllurnar með saumahliðinni niður í ofnformið. Dreypið afganginum af sítrónusafanum og smjörinu yfir. Stráið afganginum af basil og valhnetum ofan á.

3. Bakið fiskinn í 15 til 20 mínútur, eða þar til hann verður bara ógagnsær þegar maður sker hann í þykkasta hlutann. Berið fram heitt.

Marineraður túnfiskur, sikileyskur stíll

Tonn af Condito

Fyrir 4 skammta

Túnfiskurinn í þessari uppskrift er bara gufusoðaður varlega og síðan kryddaður með ferskum kryddjurtum og kryddi. Þetta væri flott og frískandi sumarmáltíð borin fram á salatbeði eða ruccola með kartöflusalati.

1 1/4 punda túnfisksteikur, um 3/4 tommu þykkar

2 matskeiðar af rauðvínsediki

Salt

3 til 4 matskeiðar af extra virgin ólífuolíu

1 hvítlauksgeiri, smátt saxaður

2 matskeiðar söxuð fersk flatsteinselja

1 matskeið söxuð fersk mynta

1/2 tsk mulin rauð paprika

1. Fylltu pott sem passar í gufubaðsgrind með 1/2 tommu af vatni. Sjóðið vatn. Á meðan er túnfiskurinn skorinn í 1/2 cm þykka strimla. Raðið fiskinum á grindina á gufubátnum. Settu grindina í pottinn. Lokið pottinum og látið túnfiskinn gufa í 3 mínútur eða þar til miðjan verður örlítið bleik. Athugið hvort hann sé tilbúinn með því að skera smá skurð í þykkasta hluta fisksins.

2. Þeytið edik og salt í djúpri skál. Bætið við olíu, hvítlauk, kryddjurtum og möluðum rauðum pipar. Hrærið túnfiskbitunum saman við.

3. Látið standa í um 1 klukkustund áður en borið er fram.

Túnfiskur með teini með appelsínu

Spiedini di Tonno

Fyrir 4 skammta

Á hverju vori safnast fiskimenn frá Sikiley til la mattanza, túnfiskveiða. Þetta helgisiðamaraþon tekur þátt í mörgum litlum bátum fullum af mönnum að veiða túnfisk á flakk í röð sífellt smærri neta þar til þeir eru veiddir. Þá er risastóri fiskurinn drepinn og dreginn upp á bátana. Vinnan er erfið og mennirnir syngja sérstaka söngva við störf sín, sem sagnfræðingar ná aftur til miðalda eða jafnvel fyrr. Þó að þessi venja sé að hverfa eru enn nokkrir staðir meðfram norður- og vesturströndinni þar sem la mattanza fer fram.

Sikileyingar hafa ótal leiðir til að elda túnfisk. Hér er ilmur af appelsínu og grilluðum kryddjurtum undanfari aðlaðandi bragðs af fiskbitum með þéttu kjöti.

1 1/2 pund ferskur túnfiskur, sverðfiskur eða laxasteikur (um 1 tommu þykkt)

1 nafla appelsína, skorin í 16 bita

1 lítill rauðlaukur, skorinn í 16 bita

2 matskeiðar af ólífuolíu

2 matskeiðar af ferskum sítrónusafa

1 matskeið af söxuðu fersku rósmaríni

Salt og nýmalaður svartur pipar

6 til 8 lárviðarlauf

1. Skerið túnfiskinn í 1 1/2 tommu bita. Í stórri skál blandið þið túnfiskbitunum, appelsínu og rauðlauk saman við ólífuolíu, sítrónusafa, rósmarín og salti og pipar eftir smekk.

2. Settu grillið eða grillgrindina um 5 tommur frá hitagjafanum. Forhitið grillið eða grillið.

3. Setjið túnfisk, appelsínusneiðar, lauk og lárviðarlauf til skiptis á 8 teini.

4. Bakið eða grillið þar til túnfiskurinn er brúnn, um það bil 3 til 4 mínútur. Snúið spjótunum við og eldið þar til þeir eru brúnir að utan og enn bleikir í miðjunni, um það bil 2 mínútur í viðbót, eða þar til þær eru tilbúnar eftir smekk. Berið fram heitt.

Túnfiskur og paprika grilluð í Molic stíl

Tonno e Peperoni

Fyrir 4 skammta

Paprika og chili eru eitt af einkennum matreiðslu í Molic stíl. Ég lét fyrst útbúa þennan rétt með makríl, sem er svipaður og makríl, en ég útbý hann oft með túnfisksteikum eða sverðfiski.

4 rauðar eða gular paprikur

4 túnfisksteikur (hver um 3/4 tommu þykk)

2 matskeiðar af ólífuolíu

Salt og nýmalaður svartur pipar

1 matskeið af ferskum sítrónusafa

2 matskeiðar söxuð fersk flatsteinselja

1 lítill jalapenó eða annað ferskt chili, smátt saxað eða mulið rauð paprika eftir smekk

1 hvítlauksgeiri, smátt saxaður

1. Settu grillristina eða grillpönnuna um 5 tommur frá hitagjafanum. Undirbúðu meðalheitan hita á grilli eða forhitaðu kál.

2. Grillið eða ristið paprikuna, snúið henni oft, þar til hýðið er blöðrandi og létt kulnað, um það bil 15 mínútur. Setjið paprikuna í skál og hyljið með filmu eða plastfilmu.

3. Hjúpið túnfisksteikurnar með olíu og salti og pipar eftir smekk. Grillið eða steikið fiskinn þar til hann er brúnn á annarri hliðinni, um það bil 2 mínútur. Snúið fiskinum við með töng og eldið þar til hann er brúnn á hinni hliðinni en samt bleikur í miðjunni, um 2 mínútur í viðbót, eða þar til hann er tilbúinn eftir smekk. Athugið hvort hann sé tilbúinn með því að skera smá skurð í þykkasta hluta fisksins.

4. Kjarnhreinsaðu paprikuna og fjarlægðu fræin. Skerið paprikuna í 1/2 tommu ræmur og setjið í skál. Kryddið með 2 msk af olíu, sítrónusafa, steinselju, chili, hvítlauk og salti eftir smekk. Blandið varlega saman við.

5. Skerið fiskinn í 1/2 tommu sneiðar. Raðið sneiðunum þannig að þær skarist aðeins á framreiðsludisk. Stráið papriku ofan á með skeið. Berið fram heitt.

Grillaður túnfiskur með sítrónu og oregano

Tonno alla Griglia

Fyrir 4 skammta

Þegar ég heimsótti Sikiley fyrst árið 1970 voru ekki margir veitingastaðir; allir þeir sem til voru báru fram sama matseðilinn. Ég borðaði túnfisk- eða sverðfisksteikur sem eru tilbúnar á þennan hátt nánast fyrir hvern hádegis- og kvöldverð. Sem betur fer var hann alltaf vel undirbúinn. Sikileyingar skera aðeins fisksteikur um 1/2 tommu, en ég vil frekar þær um 1 tommu þykkar svo þær ofsteiknast ekki eins auðveldlega. Túnfiskur er upp á sitt besta - rakur og mjúkur - þegar hann er soðinn þar til hann er rauður til bleikur í miðjunni, en sverðfiskurinn ætti að vera aðeins bleikur. Vegna þess að það hefur brjósk sem þarf að mýkja, má elda hákarlinn aðeins lengur.

4 túnfisk-, sverðfisk- eða hákarlasteikur, ca 1 cm þykkar

Ólífuolía

Salt og nýmalaður svartur pipar

1 matskeið af nýkreistum sítrónusafa

1/2 tsk þurrkað oregano

1. Settu grillið eða grillgrindina í um 5 tommu fjarlægð frá hitagjafanum. Forhitið grillið eða grillið.

2. Penslið steikurnar vel með olíu og kryddið með salti og pipar eftir smekk.

3. Grillið fiskinn þar til hann er ljósbrúnn á annarri hliðinni, 2 til 3 mínútur. Snúið fiskinum við og eldið þar til hann er ljósbrúnn en enn bleikur að innan, um það bil 2 mínútur í viðbót eða þar til hann er tilbúinn eftir smekk. Athugið hvort hann sé tilbúinn með því að skera smá skurð í þykkasta hluta fisksins.

4. Í lítilli skál, blandaðu 3 matskeiðar af ólífuolíu, sítrónusafa, oregano og salti og pipar eftir smekk. Hellið sítrónusafablöndunni yfir túnfisksteikurnar og berið fram strax.

Eikarristaðar túnfisksteikur

Tonno alla Griglia

Fyrir 4 skammta

Brauðrasp gera gott stökkt lag á þessar fisksteikur.

4 (1 cm þykkar) túnfisk- eða sverðfiskasteikur

¾ bolli hreint þurrt brauðrasp

1 msk söxuð fersk flat steinselja

1 msk söxuð fersk mynta eða 1 tsk þurrkað oregano

Salt og nýmalaður svartur pipar

4 matskeiðar af ólífuolíu

Sítrónu sneiðar

1. Forhitið grillið. Smyrjið grillpönnuna með olíu. Hrærið brauðmylsnu, steinselju, myntu og salti og pipar eftir smekk í skál. Hrærið 3 matskeiðar af olíu saman við, eða nóg til að væta molana.

2. Raðið fisksteikunum í grillpönnu. Stráið helmingnum af brauðmylsnunni yfir fiskinn og klappið honum niður.

3. Steikið steikurnar um 6 tommur frá hitanum í 3 mínútur eða þar til mylsnurnar eru brúnar. Snúið steikunum varlega með málmspaða og stráið afganginum yfir. Steikið í aðrar 2 til 3 mínútur eða þar til miðjan er ekki lengur bleik eða elduð eftir smekk. Athugið hvort hann sé tilbúinn með því að skera smá skurð í þykkasta hluta fisksins.

4. Dreypið 1 matskeið olíu sem eftir er yfir. Berið fram heitt með sítrónubátum.

Bakaður túnfiskur með rucola pestó

Tonno al Pesto

Fyrir 4 skammta

Kryddað bragð af rucola og ljós smaragðsgræni liturinn á þessari sósu passar fullkomlega við ferskan túnfisk eða sverðfisk. Þessi réttur er líka góður við kalt stofuhita.

4 túnfisksteikur, ca 1 cm þykkar

Ólífuolía

Salt og nýmalaður svartur pipar

Arugula pestó

1 búnt rucola, þvegið og stungið (um það bil 2 bollar létt pakkað)

½ bolli léttpakkað fersk basilíka

2 hvítlauksgeirar

½ bolli ólífuolía

Salt og nýmalaður svartur pipar

1. Penslið fiskinn með smá olíu og salti og pipar eftir smekk. Lokið og kælið þar til tilbúið er að elda.

2. Til að búa til pestóið: Blandið rucola, basil og hvítlauk saman í matvinnsluvél og vinnið þar til það er fínt saxað. Bætið olíunni hægt út í og vinnið þar til hún er slétt. Salt og pipar eftir smekk. Lokið og látið standa í 1 klukkustund við stofuhita.

3. Hitið 1 matskeið af olíu í stórri nonstick pönnu yfir miðlungshita. Bætið túnfisksneiðunum út í og eldið í 2 til 3 mínútur á hvorri hlið, eða þar til þær eru brúnar að utan en enn bleikar í miðjunni, eða þar til þær eru eldaðar eftir smekk. Athugið hvort hann sé tilbúinn með því að skera smá skurð í þykkasta hluta fisksins.

4. Berið túnfiskinn fram heitan eða við stofuhita, dreginn yfir með rucola pestó.

Túnfiskur og Cannellini baunapott

Stufato di Tonno

Fyrir 4 skammta

Ég elda meira kjöt en sjávarfang á veturna vegna þess að kjöt virðist saðsamara þegar kalt er í veðri. Undantekningin er þessi plokkfiskur af ferskum, kjötmiklum túnfisksteikum og baunum. Hann hefur allt það góða við rif og gott bragð af baunaplokkfiski, en án kjötsins, svo hann er tilvalinn fyrir þá sem vilja kjötlausa máltíð.

2 matskeiðar af ólífuolíu

1 1/2 pund ferskur túnfiskur (1 tommu þykkur), skorinn í 1 1/2 tommu bita

Salt og nýmalaður svartur pipar eftir smekk

1 stór rauð eða græn paprika, skorin í hæfilega bita

1 bolli niðursoðinn Pelatas, tæmd og saxaður

1 stór hvítlauksgeiri, smátt saxaður

6 fersk basilíkublöð, rifin í bita

1 (16 aura) dós cannellini baunir, skolaðar og tæmdar, eða 2 bollar soðnar þurrar baunir

1. Hitið olíuna á stórri pönnu yfir meðalhita. Þurrkaðu túnfiskbitana með pappírshandklæði. Þegar olían er orðin heit, bætið túnfiskbitunum við án þess að troða pönnunni. Eldið þar til bitarnir eru léttbrúnaðir að utan, um 6 mínútur. Færið túnfiskinn yfir á disk. Stráið salti og pipar yfir.

2. Bætið paprikunni á pönnuna og eldið, hrærið af og til, þar til þær byrja að brúnast, um það bil 10 mínútur. Bæta við tómötum, hvítlauk, basil og salti og pipar. Við skulum sjóða. Bætið baunum út í, hyljið og lækkið hitann í lágan. Eldið í 10 mínútur.

3. Hrærið túnfisknum saman við og eldið þar til túnfiskurinn er ljósbleikur í miðjunni, um það bil 2 mínútur í viðbót, eða þar til hann er eldaður í gegn eftir smekk. Athugið hvort hann sé tilbúinn með því að skera smá skurð í þykkasta hluta fisksins. Berið fram heitt.

Sikileyskur sverðfiskur með lauk

Pesce Spada a Sfinciuni

Fyrir 4 skammta

Sikileyskir kokkar búa til dýrindis pizzu sem kallast sfinciuni, orð sem er dregið af arabísku sem þýðir "létt" eða "loftgott". Pítsan er með þykka en létta skorpu og er toppað með lauk, ansjósu og tómatsósu. Þessi hefðbundna sverðfiskuppskrift kemur frá þessari pizzu.

3 matskeiðar af ólífuolíu

1 meðalstór laukur, þunnt sneið

4 ansjósuflök, skorin í teninga

1 bolli afhýddir, fræhreinsaðir og sneiddir ferskir tómatar eða tæmdir og saxaðir niðursoðnir tómatar

Klípa af þurrkuðu oregano, mulið

Salt og nýmalaður svartur pipar eftir smekk

4 sverðfiskasteikur, um 3/4 tommu þykkar

2 matskeiðar af venjulegu þurru brauðraspi

1. Hellið 2 matskeiðum af olíu á meðalstóra pönnu. Bætið lauknum út í og eldið þar til hann er mjúkur, um það bil 5 mínútur. Hrærið ansjósunum saman við og eldið í 5 mínútur til viðbótar eða þar til þær eru mjög mjúkar. Bætið tómötum, oregano, salti og pipar út í og látið malla í 10 mínútur.

2. Settu grindina í miðjan ofninn. Forhitið ofninn í 350°F. Smyrjið bökunarplötu sem er nógu stór til að geyma fiskinn í einu lagi.

3. Klappaðu sverðfisksteikurnar þurrar. Settu þau í tilbúna pönnu. Stráið salti og pipar yfir. Bætið sósunni út í með skeið. Stráið brauðmylsnunni yfir 1 matskeið af olíu sem eftir er. Stráið brauðrasp yfir sósuna.

4. Bakið í 10 mínútur eða þar til fiskurinn er aðeins bleikur í miðjunni. Athugið hvort hann sé tilbúinn með því að skera smá skurð í þykkasta hluta fisksins. Berið fram heitt.

Sverðfiskur með ætiþistlum og lauk

Pesce tilheyrir Carciofi

Fyrir 4 skammta

Þistilhjörtur eru vinsælt sikileyskt grænmeti. Þeir dafna vel í heitum og þurrum aðstæðum á Sikiley og fólk ræktar þá í heimagörðum sínum sem skrautjurt. Sikileyska afbrigðið verður ekki eins stórt og risarnir sem ég sé stundum á mörkuðum hér og þeir eru miklu blíðari.

2 meðalstórir ætiþistlar

2 matskeiðar af ólífuolíu

4 þykkar sverðfiskar, túnfisk- eða hákarlasteikur

Salt og nýmalaður svartur pipar

2 meðalstórir laukar

4 ansjósuflök, skorin í teninga

¼ bolli tómatmauk

1 bolli af vatni

½ tsk þurrkað oregano

1. Skerið ætiþistlana niður í miðkeiluna af fölgrænum laufum. Skrælið botna og stilka af ætiþistlum með litlum hníf. Skerið endana af stilkunum. Skerið ætiþistlana í tvennt eftir endilöngu. Hola út hljóðdeyfi. Skerið hjörtun í þunnar sneiðar.

2. Hitið olíuna á stórri pönnu við meðalhita. Þurrkaðu sverðfiskinn og eldaðu þar til hann er brúnaður á báðum hliðum, um það bil 5 mínútur. Stráið salti og pipar yfir. Fjarlægðu fiskinn á disk.

3. Bætið lauknum og ætiþistlum á pönnuna. Eldið við meðalhita, hrærið oft, þar til laukurinn er visnaður, um það bil 5 mínútur. Blandið saman ansjósum, tómatmauki, vatni, oregano og salti og pipar eftir smekk. Látið suðuna koma upp og lækkið hitann. Eldið í 20 mínútur eða þar til grænmetið er orðið meyrt, hrærið af og til.

4. Þrýstið grænmetinu á ytri brún pönnunnar og setjið fiskinn aftur á pönnuna. Hellið sósunni yfir fiskinn. Eldið í 1 til 2 mínútur eða þar til fiskurinn er hitinn í gegn. Berið fram strax.

Sverð, í stíl Messina

Pesce Spada Messinese

Fyrir 4 skammta

Frábær sverðfiskur er veiddur í vötnunum í kringum Sikiley og Sikileyjar hafa ótal leiðir til að undirbúa hann. Við borðum fisk hráan, skorinn í þunnar sneiðar í eins konar carpaccio eða malaðar í pylsur, sem eru soðnar í tómatsósu. Sverðfiskteningum er hellt yfir pasta, steikt eins og kjöt eða á grillinu. Þetta er klassísk uppskrift frá Messina, á austurströnd Sikileyjar.

1 pund af soðnum kartöflum

2 matskeiðar af ólífuolíu

1 stór laukur, saxaður

½ bolli steinhreinsaðar svartar ólífur, grófsaxaðar

2 matskeiðar kapers, skolaðar og skolaðar

2 bollar skrældir, fræhreinsaðir og sneiddir tómatar eða niðursoðnir og niðursoðnir tómatar

Salt og nýmalaður svartur pipar

2 matskeiðar af saxaðri flatsteinselju

4 sverðfiskasteikur, 1 cm þykkar

1. Þvoðu kartöflurnar og settu þær í pott með köldu vatni til að hylja. Hitið vatnið að suðu og eldið þar til kartöflurnar eru mjúkar, um 20 mínútur. Tæmið, látið kólna aðeins, flysjið síðan kartöflurnar. Skerið þær þunnt.

2. Hellið olíu á stóra pönnu. Bætið lauknum út í og eldið við meðalhita, hrærið oft þar til hann er mýktur, um það bil 10 mínútur. Hrærið ólífum, kapers og tómötum saman við. Kryddið eftir smekk með salti og pipar. Eldið þar til það er örlítið þykkt, um það bil 15 mínútur. Hrærið steinseljunni saman við.

3. Settu grindina í miðjan ofninn. Forhitið ofninn í 425°F. Hellið helmingnum af sósunni í eldfast mót sem er nógu stórt til að geyma fiskinn í einu lagi. Raðið sverðfiskinum á bökunarplötu og stráið salti og pipar yfir. Setjið kartöflurnar ofan á, skarast aðeins sneiðarnar. Hellið restinni af sósunni yfir allt.

4. Bakið í 10 mínútur eða þar til fiskurinn er aðeins bleikur í miðjunni og sósan freyðandi. Berið fram heitt.

Sword Scrolls

Rollatini di Pesce Spada

Fyrir 6 máltíðir

Eins og kálfa- eða kjúklingakótilettur eru mjög þunnar sneiðar af kjötmiklum sverðfiski vel vafðar utan um fyllingu og grillaðar eða steiktar. Breyttu fyllingunni með því að bæta við rúsínum, söxuðum ólífum eða furuhnetum.

1 1/2 pund sverðfiskur, skorinn mjög þunnur

¾ bolli hreint þurrt brauðrasp

2 matskeiðar kapers, þvegnar, skornar í sneiðar og tæmdar

2 matskeiðar söxuð fersk flatsteinselja

1 stór hvítlauksgeiri, smátt saxaður

Salt og nýmalaður svartur pipar

¼ bolli ólífuolía

2 matskeiðar af ferskum sítrónusafa

1 sítróna, skorin í báta

1. Settu grillið eða grillgrindina í um 5 tommu fjarlægð frá hitagjafanum. Forhitið grillið eða grillið.

2. Fjarlægðu sverðfiskhýðið. Settu sneiðarnar á milli tveggja plastfilmu. Berið sneiðarnar varlega í jafna þykkt 1/4 tommu. Skerið fiskinn í 3 x 2 tommu bita.

3. Blandið saman brauðmylsnu, kapers, steinselju, hvítlauk og salti og pipar eftir smekk í meðalstórri skál. Bætið 3 matskeiðum af olíu saman við og blandið þar til mylsnurnar eru jafn vættar.

4. Setjið skeið af molablöndunni á annan endann á einum fiskbita. Rúllaðu fiskinum upp og lokaðu honum með tannstöngli. Setjið rúllurnar á disk.

5. Blandið saman sítrónusafanum og olíunni sem eftir er. Penslið blönduna yfir rúllurnar. Stráið fiskinum af brauðmylsnunni yfir og klappið honum niður til að festast.

6. Grillið rúllurnar í 3 til 4 mínútur á hvorri hlið, eða þar til þær eru brúnar, finnst þær stífar þegar þær eru þrýst á þær og eru örlítið bleikar í miðjunni. Þeir ættu að vera dálítið dreifðir. Athugið hvort hann sé tilbúinn með því að skera smá skurð í þykkasta hluta fisksins. Berið fram heitt með sítrónubátum.

Bakaður púrbó með grænmeti

Rombo al Forno con Verdure

Fyrir 4 skammta

Calabria hefur langa strandlengju meðfram Miðjarðarhafinu. Á sumrin er þetta svæði vinsælt hjá Ítölum og öðrum Evrópubúum sem eru að leita að ódýru ströndinni. Maðurinn minn og ég keyrðum einu sinni meðfram ströndinni nálægt Scalea og borðuðum á staðbundnum veitingastað með stórum brauðofni. Þegar við komum var kokkurinn að setja frá sér stórar pönnur af grænmeti ristuðu í ólífuolíu og toppað með ferskum hvítum fiski. Grænmetið brúnaði og fyllti fiskinn með sínu ljúffenga bragði. Heima nota ég túrbota þegar ég finn það, aðrar hvítfisksteikur væru líka góðar.

1 rauð paprika, skorin í 1 tommu bita

1 meðalstór kúrbít, skorinn í 1 tommu bita

1 meðalstórt eggaldin, skorið í 1 tommu bita

4 miðlungs soðnar kartöflur, skornar í 1 tommu bita

1 meðalstór laukur, skorinn í 1 tommu bita

1 lárviðarlauf

¼ bolli auk 1 matskeið ólífuolía

Salt og nýmalaður svartur pipar

4 þykk flök af túrbota, lúðu eða öðrum hvítum fiski

1 matskeið af sítrónusafa

2 matskeiðar söxuð fersk flatsteinselja

1. Settu grindina í miðjan ofninn. Forhitið ofninn í 425°F. Veldu bökunarplötu sem er nógu stór til að setja fiskinn og grænmetið í einu lagi eða notaðu tvær minni bökunarplötur. Blandið papriku, kúrbít, eggaldin, kartöflum, lauk og lárviðarlaufi saman á pönnu. Dreypið 1/4 bolla af ólífuolíu yfir og kryddið með salti og pipar eftir smekk. Blandið vel saman.

2. Steikið grænmetið í 40 mínútur eða þar til það er léttbrúnað og meyrt.

3. Setjið fisksteikurnar á disk og stráið yfir þær 1 matskeið af olíu, sítrónusafa, steinselju og salti og pipar eftir smekk. Þrýstið grænmetinu á ystu brún pönnunnar og bætið fiskinum út í. Bakið í 8 til 10 mínútur í viðbót, allt eftir þykkt fisksins, þar til hann er varla ógagnsær þegar hann er skorinn í þykkasta hlutann. Berið fram heitt.

Pönnusteiktur sjóbirtingur með hvítlauksgrænmeti

Branzino alle Verdure

Fyrir 4 skammta

Rúsínur og grænmeti með hvítlauksbragði eins og svissneskur kard, spínat og escarole eru vinsæl blanda frá Róm niður í gegnum Suður-Ítalíu. Þessi uppskrift var innblásin af rétti sem vinur minn, matreiðslumeistarinn Mauro Mafrici gerði, sem býður upp á grænmeti með stökksteiktum fiskflökum og ristuðum kartöflum.

1 búnt escarole (um 1 pund)

3 matskeiðar af ólífuolíu

3 hvítlauksgeirar, þunnar sneiðar

Örlítil mulin rauð paprika

¼ bolli rúsínur

Salt

1 1/4 pund chilenskur sjóbirtingur, þorskur eða annað þétt roðlaust flök, um 1 1/2 tommu þykkt

1. Aðskiljið blöðin og þvoið escaroleið nokkrum sinnum í köldu vatni, gaumgæfilega sérstaklega að miðjuhvítu rifjunum þar sem óhreinindin safnast saman. Brjótið blöðin saman og skerið þau þversum í 1 tommu ræmur.

2. Hellið 2 msk af ólífuolíu í stóran pott. Bætið við hvítlauk og rauðum pipar. Eldið við meðalhita þar til hvítlaukurinn er gullinn, um það bil 2 mínútur.

3. Bætið escarole, rúsínum og klípu af salti út í. Lokið pottinum og eldið, hrærið af og til, þar til escaroleið er mjúkt, um það bil 10 mínútur. Smakkið til og stillið krydd.

4. Skolaðu og þurrkaðu fiskinn. Stráið bitunum yfir með salti og pipar. Hitið þá matskeið sem eftir er af olíu á meðalhita á meðalhita pönnu. Bætið fiskbitunum út í, með skinnhliðinni upp. Eldið þar til fiskurinn er gullinbrúnn, 4 til 5 mínútur. Lokið pönnunni og eldið í 2 til 3 mínútur í viðbót, eða þar til fiskurinn er varla ógagnsær í miðjunni. Athugið hvort hann sé tilbúinn með því að skera smá skurð í þykkasta hluta fisksins. Það er óþarfi að snúa fiskinum.

5. Notaðu skál og flyttu escarole yfir á 4 diska. Setjið bakaða fiskinn ofan á, með hliðinni upp. Berið fram heitt.

Scrod með sterkri tómatsósu

Merluzzo í Salsa di Pomodoro

Fyrir 4 skammta

Við borðuðum þennan fisk heima hjá vinum frá Napólí ásamt Falanghina, ljúffengu hvítvíni frá þessu svæði. Kúskús passar fullkomlega með fiski.

2 matskeiðar af ólífuolíu

1 meðalstór laukur, þunnt sneið

Örlítil mulin rauð paprika

2 bollar niðursoðnir tómatar í teningum með safa

Klípa af þurrkuðu oregano, mulið

Salt

1 1/4 punda grófa eða grófa flök, skorin í bita

1/2 tsk rifinn sítrónubörkur

1. Hellið olíunni á meðalstóra pönnu. Bætið við lauk og rauðum pipar. Eldið við meðalhita, hrærið oft, þar til laukurinn er mjúkur

og gullinn, um það bil 10 mínútur. Bætið tómötum, oregano og salti út í og látið malla þar til sósan þykknar, um það bil 15 mínútur.

2. Þvoið og þurrkið fiskinn og stráið síðan salti yfir. Bætið fiskinum á pönnuna og hellið sósunni yfir. Lokið og eldið í 8 til 10 mínútur, allt eftir þykkt fisksins, þar til hann er varla ógagnsæ þegar skorinn er í þykkasta hlutann.

3. Settu fiskinn yfir á disk með skál. Ef fiskurinn hefur sleppt miklum vökva skaltu hækka hitann undir pönnunni og elda, hrærið oft, þar til sósan þykknar.

4. Takið sósuna af hellunni og hrærið sítrónuberkinum saman við. Hellið sósunni yfir fiskinn og berið fram strax.

Lax carpaccio

Lax carpaccio

Fyrir 4 skammta

Venjulega vísar carpaccio til pappírsþunnar sneiðar af hráu nautakjöti borið fram með rjómableikri sósu. Uppskriftin er sögð hafa verið búin til fyrir um hundrað árum síðan af feneyskum veitingamanni sem vildi dekra við uppáhalds skjólstæðing sinn, sem var ráðlagt af lækni að forðast eldaðan mat. Veitingamaðurinn nefndi réttinn eftir Vittore Carpaccio, málara en verk hans voru sýnd á þeim tíma.

Í dag er hugtakið carpaccio notað um þunnt sneiddan mat, bæði hráan og eldaðan. Þessar þunnu laxakótilettur eru aðeins soðnar á annarri hliðinni til að halda þeim rökum og halda lögun sinni.

4 bollar vatnskarsi

3 matskeiðar af extra virgin ólífuolíu

1 matskeið af ferskum sítrónusafa

½ tsk rifinn sítrónubörkur

Salt og nýmalaður svartur pipar

1 pund laxaflök, þunnar sneiðar eins og kótelettur

1 grænn laukur, smátt saxaður

1. Skolaðu karsann í nokkrum skiptingum af köldu vatni. Fjarlægðu stífa stilkana og þurrkaðu blöðin vel. Skerið í hæfilega stóra bita og setjið í skál.

2. Í skál, blandaðu 2 matskeiðar af olíu, sítrónusafa, börki og salti og pipar eftir smekk.

3. Hitið 1 matskeið af olíu í stórri nonstick pönnu yfir háum hita. Bætið við eins mörgum fiskum og þeir eru í einu lagi. Eldið þar til það er léttbrúnt á botninum en samt sjaldgæft ofan á, um 1 mínútu. Notaðu stóran spaða, taktu laxinn af pönnunni og snúðu honum með steiktu hliðinni upp á stóran framreiðsludisk. Stráið salti og pipar yfir eftir smekk og helmingnum af græna lauknum. Eldið afganginn af laxinum á sama hátt og bætið honum á diskinn. Stráið afganginum af lauknum ofan á.

4. Hellið dressingunni yfir karsuna. Setjið salatið ofan á laxinn. Berið fram strax.

Laxasteikur með einiberjum og rauðlauk

Salmone al Ginepro

Fyrir 4 skammta

Einiber eru dæmigerð bragð af gini og eru oft notuð til að bragðbæta villibráð. Þú getur fundið þá á mörgum mörkuðum sem selja sælkerakrydd. Í þessum laxarétti, sem ég fékk mér í fyrsta skipti í Feneyjum, er sætur rauðlaukur og einiber soðin þar til laukurinn bráðnar mjúkur og verður að sósa fyrir laxinn.

3 matskeiðar af ólífuolíu

4 laxasteikur, um 3/4 tommu þykkar

Salt og nýmalaður svartur pipar

2 meðalstórir rauðlaukar, þunnar sneiðar

½ tsk einiber

½ bolli þurrt hvítvín

1. Hitið olíuna á meðalstórri pönnu yfir meðalhita. Þurrkaðu laxasteikurnar og settu þær á pönnuna. Eldið þar til það er brúnt, um 3 mínútur. Snúið laxasteikunum við og eldið á hinni

hliðinni í um 2 mínútur. Fjarlægðu steikurnar á disk með spaða. Stráið salti og pipar yfir.

2. Bætið lauk, einiberjum og salti eftir smekk á pönnuna. Hellið víninu út í og látið sjóða. Lækkið hitann og setjið lok á pönnuna. Eldið í 20 mínútur eða þar til laukurinn er orðinn mjúkur.

3. Setjið laxasteikurnar aftur á pönnuna og hrærið lauknum yfir fiskinn. Stilltu hitann á miðlungs. Lokið og eldið í um það bil 2 mínútur í viðbót, eða þar til fiskurinn er varla ógagnsær þegar hann er skorinn í þykkasta hlutann. Berið fram strax.

Lax með vorgrænmeti

Lax Primavera

Fyrir 4 skammta

Lax er ekki Miðjarðarhafsfiskur en undanfarin ár hefur hann verið mikið fluttur inn til Ítalíu frá Norður-Evrópu og náð miklum vinsældum í ítalskri matargerð. Þessi uppskrift að bakaðri laxi með vorgrænmeti var sérréttur á veitingastað í Mílanó.

Breyttu grænmetinu, en passaðu að nota mjög stóra pönnu svo þú getir dreift því út í grunnu lagi. Ef þau eru of troðfull verður grænmetið blautt í stað þess að vera brúnt. Ég nota 15 x 10 x 1-tommu hlauprúllupönnu. Ef þú átt ekki eina nógu stóra skaltu skipta hráefnunum í tvö smærri bökunarform.

4 meðalstórar rauðar eða hvítar vaxkenndar kartöflur

1 bolli skrældar og sneiddar barnagulrætur

8 heilir skalottlaukar eða 2 litlir laukar, skrældir

3 matskeiðar af ólífuolíu

Salt og nýmalaður svartur pipar

8 aura aspas, skorinn í 2 tommu lengdir

4 laxasteikur

2 matskeiðar saxaðar ferskar kryddjurtir eins og graslaukur, dill, steinselja, basil eða samsetning

1. Settu grindina í miðjan ofninn. Forhitið ofninn í 425°F. Skerið kartöflurnar í þykkar sneiðar og þurrkið þær. Sameina kartöflur, gulrætur og skalottlaukur eða lauk í stórri steikarpönnu. Bætið olíu og salti og pipar eftir smekk. Blandið vel saman. Raðið grænmetinu á ofnplötu og bakið í 20 mínútur.

2. Blandið grænmetinu saman við og bætið aspasnum saman við. Bakið í 10 mínútur í viðbót eða þar til grænmetið er léttbrúnt.

3. Stráið salti og pipar yfir laxinn. Þrýstu grænmetinu upp að hliðunum á pönnunni. Bætið laxasteikunum út í. Bakið í 7 mínútur í viðbót, eða þar til laxinn er varla ógagnsær og enn rakur þegar hann er skorinn í þykkasta hlutann. Stráið kryddjurtum yfir og berið fram strax.

Fisksteikur í grænni sósu

Pesce og Salsa Verde

Fyrir 4 skammta

Eitt árið eyddi ég gamlárskvöldinu í Feneyjum með vinum og við borðuðum kvöldverð á litlu gistihúsi nálægt Rialto brúnni áður en við fórum í St. Mark's dómkirkjuna á miðnætti. Við borðuðum grillaðar rækjur, risotto með smokkfiski og þennan rétt af soðnum fisksteikum í sósu með steinselju og hvítvíni með ertum. Eftir matinn röltum við um göturnar sem voru fullar af góðlátlegum skemmtimönnum, margir í fallegum búningum.

½ bolli alhliða hveiti

Salt og nýmalaður svartur pipar

4 flök af lúðu, flundru eða öðrum hvítum fiski, um 1 cm á þykkt

4 matskeiðar af ólífuolíu

4 grænir laukar, smátt saxaðir

¾ bolli af þurru hvítvíni

¼ bolli saxuð fersk flat steinselja

1 bolli ferskar eða frosnar baunir

1. Blandið hveiti og salti og pipar eftir smekk á vaxpappír. Skolaðu og þurrkaðu fiskinn, dýfðu síðan hverri steik í hveitiblönduna til að hjúpa báðar hliðar létt. Hristið umframmagn af.

2. Hitið 2 matskeiðar olíu í stórri pönnu yfir miðlungshita. Bætið fiskinum út í og steikið á annarri hliðinni í um 3 mínútur. Snúið fiskinum við og steikið hina hliðina í um 2 mínútur. Færið steikurnar yfir á disk með rifbeygðum málmspaða. Þurrkaðu af pönnunni.

3. Hellið hinum 2 matskeiðum af olíu á pönnuna. Bætið lauknum út í. Eldið við meðalhita þar til það er gullið, um það bil 10 mínútur. Hellið víninu út í og látið sjóða. Eldið þar til mestur vökvinn hefur gufað upp, um það bil 1 mínútu. Hrærið steinseljunni saman við.

4. Setjið fiskinn aftur á pönnuna og hellið sósunni yfir. Dreifið baunum í kringum fiskinn. Dragðu úr hita niður í lágan. Lokið og eldið í 5 til 7 mínútur, eða þar til fiskurinn er varla ógagnsær þegar hann er skorinn í þykkasta hlutann. Berið fram strax.

Sjávarlauf bakað í pappír

Pesce í Cartoccio

Fyrir 4 skammta

Fiskur bakaður í smjörpappír er dramatískur réttur sem er í raun mjög auðvelt að gera. Pappírinn heldur öllu bragði fisksins og kryddsins og hefur þann ávinning að spara við hreinsun. Hægt er að skipta um pergament fyrir álpappír, en það er ekki eins aðlaðandi.

2 meðalstórir tómatar, fræhreinsaðir og skornir í sneiðar

2 grænir laukar, smátt saxaðir

¼ tsk þurrkuð marjoram eða timjan

2 matskeiðar af ferskum sítrónusafa

2 matskeiðar af ólífuolíu

Salt og nýmalaður svartur pipar

4 (6 aura) flök af lúðu, laxi eða öðrum fiski, um 1 cm þykk

1. Settu grindina í miðjan ofninn. Forhitið ofninn í 400°F. Blandið öllu hráefninu nema fiskinum saman í meðalstórri skál.

2. Skerið 4 blöð af smjörpappír í 12 tommu ferninga. Brjótið hvert blað í tvennt. Opnaðu pappírinn og smyrðu að innan með olíu. Setjið fiskasteikina á aðra hliðina á brotinu. Dreifið tómatblöndunni yfir fiskinn.

3. Brjótið pappírinn yfir fiskinn. Lokaðu hverjum pakka með því að búa til litlar hrollur frá einum enda til annars meðfram brúnunum og brjóta þær vel saman. Settu pakkana varlega á 2 bökunarplötur.

4. Bakið í 12 mínútur. Til að athuga hvort hann sé tilbúinn, skerið einn pakka upp og skorið fiskinn í þykkasta hlutann. Það ætti að vera varla ógagnsætt.

5. Renndu pökkunum á diska og leyfðu gestum að opna sína. Berið fram heitt.

Bakaður fiskur með ólífum og kartöflum

Pesce al Forno

Fyrir 4 skammta

Marjoram er jurt sem er mikið notuð í Liguria, þó hún sé ekki mjög þekkt í Bandaríkjunum. Það hefur svipað bragð og oregano, þó það sé mun minna sterkt en þurrkað oregano. Tímían er góður staðgengill.

Byrjaðu að undirbúa kartöflurnar fyrirfram svo þær fái tækifæri til að brúnast og eldast vel. Bætið svo fiskinum saman við svo allt sé eldað í fullkominni sátt. Salat er allt sem þú þarft að hafa í huga.

2 pund soðnar kartöflur, skrældar og þunnar sneiðar

6 matskeiðar af ólífuolíu

Salt og nýmalaður svartur pipar eftir smekk

2 matskeiðar söxuð fersk flatsteinselja

½ tsk þurrkuð marjoram eða timjan

2 matskeiðar af ferskum sítrónusafa

½ tsk af nýrifnum sítrónuberki

2 heilir fiskar, eins og lúða eða sjóbirtingur (um 2 pund hvor), hreinsaðir með haus og hala ósnortinn

½ bolli mildar svartar ólífur, eins og Gaeta

1. Settu grindina í miðjan ofninn. Forhitið ofninn í 450°F. Í stórri skál, blandið kartöflunum saman við 3 matskeiðar af olíu og salti og piprið eftir smekk. Raðið kartöflunum í stórt grunnt eldfast mót. Bakið kartöflurnar í 25 til 30 mínútur eða þar til þær byrja að brúnast.

2. Blandið saman hinum 3 matskeiðum af olíu, steinselju, marjoram, sítrónusafa, börki og salti og pipar eftir smekk. Setjið helminginn af blöndunni í fiskholið og nuddið restinni inn í roðið.

3. Notaðu stóran spaða til að snúa kartöflunum og dreifðu ólífunum í kring. Skolaðu og þurrkaðu fiskinn vel. Setjið fiskinn ofan á kartöflurnar. Bakið í um það bil 8 til 10 mínútur á tommu af þykkt á breiðasta hluta fisksins, eða þar til holdið er ógagnsætt þegar það er skorið með litlum, beittum hníf nálægt beininu og kartöflurnar eru mjúkar.

4. Færið fiskinn yfir á heitan disk. Umkringdu fiskinn með kartöflum og ólífum. Berið fram strax.

Citrus Red Snapper

Pesce al Agrumi

Fyrir 4 skammta

Sama hvernig veðrið er úti þá muntu halda að það sé fallegur sólríkur dagur þegar þú berð fram þennan sítrusbakaða fisk. Uppskriftin er byggð á þeirri sem ég prófaði í Positano. Stökkt, ferskt vín eins og Pinot Gris er hið fullkomna meðlæti.

1 meðalstór appelsína

1 meðalstór sítróna

2 heilir fiskar, eins og lúða eða sjóbirtingur (um 2 pund hvor), hreinsaðir með haus og hala ósnortinn

2 teskeiðar af söxuðum ferskum timjanlaufum

2 matskeiðar af ólífuolíu

Salt og nýmalaður svartur pipar

½ bolli þurrt hvítvín

1 appelsína og 1 sítróna, sneidd, til skrauts

1. Fjarlægðu helminginn af hýðinu af appelsínu- og sítrónubörkunum með því að nota grænmetisskeljara með snúningsblaði. Brjótið bitana saman og skerið þá í mjóar ræmur. Kreistu ávextina til að draga úr safanum.

2. Settu grindina í miðjan ofninn. Forhitið ofninn í 400°F. Smyrjið bökunarplötu sem er nógu stór til að geyma fiskinn í einu lagi.

3. Skolaðu og þurrkaðu fiskinn vel. Setjið fiskinn á pönnuna og fyllið holuna með timjaninu og helmingnum af börknum. Stráið olíu að utan og innan og bætið salti og pipar eftir smekk. Hellið víninu, safanum og afganginum af skinninu yfir fiskinn.

4. Steikið, bastið einu sinni eða tvisvar með pönnusafanum, um það bil 8 til 10 mínútur á tommu af þykkt á breiðasta hluta fisksins, eða þar til holdið er ógagnsætt þegar það er skorið með litlum, beittum hníf nálægt beininu. Berið fram heitt, skreytt með appelsínu- og sítrónusneiðum.

Saltskorinn fiskur

Pesce til sölu

Fyrir 2 skammta

Fiskur og sjávarfang bakað í salti er hefðbundinn réttur í Liguria og meðfram Toskanaströndinni. Salt blandað við eggjahvítu myndar þykka harða skorpu svo fiskurinn eldist í sínum eigin safa. Á Baia Beniamin, fallegum veitingastað rétt við vatnið í Ventimiglia nálægt frönsku landamærunum, horfði ég á þegar þjónn braut saltskorpuna fimlega með bakinu á þungri skeið og lyfti henni upp og fjarlægði húðina og saltið í einni hreyfingu. Að innan var fiskurinn fullkomlega soðinn.

6 bollar kosher salt

4 stórar eggjahvítur

1 heill fiskur eins og lúða eða sjóbirtingur (um 2 pund hver), hreinsaður með heilan haus og hala

1 matskeið af söxuðu fersku rósmaríni

2 hvítlauksgeirar, smátt saxaðir

1 sítróna, skorin í báta

Extra virgin ólífuolía

1. Settu grindina í miðjan ofninn. Forhitið ofninn í 500°F. Þeytið saltið og eggjahvíturnar saman í stórri skál þar til saltið er jafnt vætt.

2. Smyrjið bökunarplötu sem er nógu stór til að geyma fiskinn. Setjið fiskinn á bökunarplötuna. Fylltu holuna með rósmaríni og hvítlauk.

3. Stráið salti jafnt yfir fiskinn og hyljið hann alveg. Bankaðu þétt á saltið til að halda því.

4. Bakið fiskinn í 30 mínútur eða þar til saltið er létt gullið í kringum brúnirnar. Til að athuga hvort það sé tilbúið skaltu stinga skyndilesandi hitamæli í gegnum saltið í þykkasta hluta fisksins. Fiskurinn er búinn þegar hitinn nær 130°F.

5. Til að bera fram skaltu brjóta upp saltskorpuna með stórri skeið. Fjarlægðu saltið og roðið af fiskinum og fargið. Lyftu kjötinu varlega frá beininu. Berið fram heitt með sítrónubátum og ögn af extra virgin ólífuolíu.

Bakaður fiskur í hvítvíni og sítrónu

Pesce al Vino Bianco

Fyrir 4 skammta

Þetta er grunnleiðin til að elda alla meðalstóra til lítinn heilan fisk. Ég borðaði þetta í Liguria, með soðnum ætiþistlum og kartöflum.

2 heilir fiskar, eins og lúða eða sjóbirtingur (um 2 pund hvor), hreinsaðir með haus og hala ósnortinn

1 matskeið af söxuðu fersku rósmaríni

Salt og nýmalaður svartur pipar

1 sítróna, þunnar sneiðar

2 matskeiðar söxuð fersk flatsteinselja

1 bolli af þurru hvítvíni

¼ bolli extra virgin ólífuolía

1 matskeið af hvítvínsediki

1. Settu grindina í miðjan ofninn. Forhitið ofninn í 400°F. Smyrjið bökunarplötu sem er nógu stór til að halda fiskinum hlið við hlið.

2. Þvoið og þurrkið fiskinn að innan sem utan. Stráið fiskinum að innan með rósmaríni og salti og pipar eftir smekk. Þrýstu nokkrum sítrónusneiðum inn í holið. Setjið fiskinn á pönnuna. Stráið steinselju yfir fiskinn og setjið afganginn af sítrónusneiðunum ofan á. Þekið með víni, olíu og ediki.

3. Bakið fiskinn í 8 til 10 mínútur á tommu þykkt á breiðasta stað, eða þar til holdið er ógagnsætt þegar það er skorið með litlum, beittum hníf nálægt beininu. Berið fram heitt.

Silungur með prosciutto og salvíu

Trote al Prosciutto og Salvia

Fyrir 4 skammta

Villtur urriði er mjög bragðgóður þó hann sé sjaldan að finna í fiskbúðum. Heimalagaður silungur er mun minna áhugaverður, en prosciutto og salvía glæða bragðið. Ég lét útbúa silung á þennan hátt í Friuli-Venezia Giulia, þar sem þeir gerðu hann með staðbundnum prosciutto frá bænum San Daniele.

4 litlir heilir silungar, hreinsaðir, um 12 aurar hver

4 matskeiðar af ólífuolíu

2 til 3 matskeiðar af ferskum sítrónusafa

6 fersk salvíublöð, smátt skorin

Salt og nýmalaður svartur pipar

8 mjög þunnar sneiðar af innfluttum ítölskum prosciutto

1 sítróna, skorin í báta

1. Smyrjið bökunarplötu sem er nógu stór til að geyma fiskinn í einu lagi.

2. Í lítilli skál, þeytið saman olíu, sítrónusafa, salvíu og salt og pipar eftir smekk. Stráið blöndunni í og utan á fiskinn. Marinerið fiskinn í kæliskáp í 1 klst.

3. Settu grindina í miðjan ofninn. Forhitið ofninn í 375°F. Setjið sneið af prosciutto í hvern fisk og leggið aðra sneið ofan á. Bakið í 20 mínútur eða þar til fiskurinn er ógagnsær þegar hann er skorinn með litlum, beittum hníf nálægt beininu. Berið fram heitt með sítrónubátum.

Bakaðar sardínur með rósmaríni

Sarde með Rosamarina

Fyrir 4 skammta

Sardínur, sardínur og ansjósur tilheyra fjölskyldu dökkholda fiska sem kallast pesce azzurro á Ítalíu. Aðrir meðlimir þessarar fjölskyldu eru makríll og að sjálfsögðu kolmunnur. Rósmarín bætir þau vel upp í þessari uppskrift frá Toskana.

1 1/2 pund ferskar sardínur, ansjósur eða ansjósur, hreinsaðar (sjá athugasemd hér að neðan)

Salt og nýmalaður svartur pipar

1 matskeið af söxuðu fersku rósmaríni

¼ bolli ólífuolía

¼ bolli venjulegt fínt þurrt brauðrasp

1 sítróna, skorin í báta

1. Settu grindina í miðjan ofninn. Forhitið ofninn í 400°F. Smyrjið bökunarplötu sem er nógu stór til að halda sardínunum í einu lagi.

2. Setjið sardínurnar í skál og stráið salti, pipar og rósmarín yfir þær að innan og utan. Stráið olíu yfir og stráið brauðrasp yfir.

3. Bakið í 15 mínútur eða þar til fiskurinn er eldaður. Berið fram með sítrónubátum.

Neðanmálsgrein: Til að þrífa sardínurnar: Notaðu stóran, þungan matreiðsluhníf eða eldhúsklippur til að skera hausana af. Skerið magann á fiskinum upp og fjarlægðu innyfli. Dragðu út hrygginn. Skerið uggana af. Skolaðu og tæmdu.

Sardínur, Feneyingar

Sardis í Saor

Fyrir 4 skammta

Rúsínur og edik setja dýrindis sætt og súrt bragð við fiskinn í þessari feneysku klassík. Vertu viss um að gera þessa uppskrift að minnsta kosti degi áður en þú ætlar að bera hana fram til að leyfa bragðinu að blandast saman. Litlir skammtar eru frábærir sem forréttur. Þú getur skipt út heilum silungi eða makríl fyrir sardínur eða prófað lúðuflök. Í Feneyjum eru sardínur og saor oft bornar fram með grilluðum hvítum mat<u>Polenta</u>.

8 matskeiðar af ólífuolíu

3 laukar (um 1 pund), skornir 1/2 tommu á þykkt

1 bolli af þurru hvítvíni

1 bolli hvítvínsedik

2 matskeiðar af furuhnetum

2 matskeiðar af rúsínum

2 pund hreinsaðar sardínur

1. Hellið 4 matskeiðar af olíu í stóra þunga pönnu. Bætið lauknum út í og eldið við miðlungs lágan hita þar til hann er mjög mjúkur, um 20 mínútur. Hrærið oft og passið að brúna laukinn ekki. Ef nauðsyn krefur, bætið við matskeið eða tveimur af vatni til að koma í veg fyrir að laukurinn mislitist.

2. Bætið við 1/2 bolla af víni, 1/2 bolla af ediki, rúsínum og furuhnetum. Látið suðuna koma upp og eldið í 1 mínútu. Takið af hitanum.

3. Í annarri pönnu, hitaðu hinar 4 matskeiðar af olíu sem eftir eru yfir meðalhita. Bætið sardínunum út í og eldið þar til þær eru hálfgagnsærar í miðjunni, um það bil 2 til 3 mínútur á hlið. Raðið sardínunum í einu lagi á stóran disk. Hellið afganginum af víni og ediki yfir.

4. Dreifið laukblöndunni yfir fiskinn. Lokið og kælið í 1 til 2 daga til að milda bragðið. Berið fram við köldu stofuhita.

Fylltar sardínur, sikileyskar

Sarde Beccafico

Fyrir 4 skammta

dr. Joseph Maniscalco, gamall fjölskylduvinur sem kom frá Sciacca á Sikiley, kenndi mér hvernig á að búa til þessa dæmigerðu sikileysku uppskrift. Ítalska nafnið þýðir sardína í stíl við fíkjuhálsinn, safaríkan lítill fugl sem elskar að borða þroskaðar fíkjur.

1 bolli hreint þurrt brauðrasp

Um 1/4 bolli ólífuolía

4 ansjósuflök, tæmd og skorin í sneiðar

2 matskeiðar söxuð fersk flatsteinselja

2 matskeiðar af furuhnetum

2 matskeiðar af rúsínum

Salt og nýmalaður svartur pipar

2 pund ferskar hreinsaðar sardínur

lárviðarlauf

Sítrónu sneiðar

1. Settu grindina í miðjan ofninn. Forhitið ofninn í 375°F. Smyrjið lítið bökunarform.

2. Steikið brauðmylsnuna á stórri pönnu við meðalhita, hrærið stöðugt í, þar til þær eru gullinbrúnar. Takið af hitanum og hrærið aðeins nægri olíu út í til að væta. Bætið við ansjósum, steinselju, furuhnetum, rúsínum og salti og pipar eftir smekk. Blandið vel saman.

3. Opnaðu sardínurnar eins og bók og settu þær með húðhliðinni niður á sléttan flöt. Toppið hverja sardínu með smávegis af brauðraspinu. Rúllið sardínunum upp, hyljið þær með fyllingunni og setjið þær hlið við hlið í eldfast mót, aðskiljið hverja með lárviðarlaufi. Stráið afganginum af mola ofan á og dreypið olíunni sem eftir er yfir.

4. Bakið í 20 mínútur eða þar til snúðarnir eru eldaðir í gegn. Berið fram heitt eða við stofuhita með sítrónubátum.

Grillaðar sardínur

Sardínur alla Griglia

Fyrir 4 skammta

Lítill, bragðgóður fiskur eins og sardínur, flundra og ansjósu er ómótstæðilegur þegar hann er grillaður. Í grillkvöldverði í vínkjallara í Abruzzi komu gestir til að finna raðir og raðir af smáfiski sem grillaði á viðarkolum. Þótt þeir virtust vera of margir hurfu þeir fljótlega, skolaðir niður með glösum af köldu hvítu trebbianovíni.

Körugrillið heldur og snýr smáfiskum vel á meðan þeir elda. Ef þú ert svo heppin að rækta þín eigin sítrónu- eða appelsínutré og hefur ekki meðhöndlað þau með efnum skaltu nota nokkur lauf til að skreyta borðplötu. Annars duga radicchio eða stíf salatblöð.

12 til 16 ferskar hreinsaðar sardínur eða ansjósur

2 matskeiðar af ólífuolíu

Salt og nýmalaður svartur pipar

Hrá sítrónu eða radicchio lauf

2 sítrónur, skornar í báta

1. Settu grillið eða grillgrindina í um 5 tommu fjarlægð frá hitagjafanum. Forhitið grillið eða grillið.

2. Þurrkaðu sardínurnar og hjúpaðu með olíu. Stráið létt salti og pipar yfir. Grillið eða steikið fiskinn þar til hann er fallega brúnn, um það bil 3 mínútur. Snúið fiskinum varlega við og eldið þar til hann er brúnn á hinni hliðinni, um það bil 2 til 3 mínútur í viðbót.

3. Raðið blöðunum á disk. Setjið sardínurnar ofan á og skreytið með sítrónusneiðum. Berið fram heitt.

Steiktur salt þorskur

Baccala Fritta

Fyrir 4 skammta

Þetta er grunnuppskriftin að því að elda baccala. Það má bera fram venjulegt eða toppað með tómatsósu. Sumum kokkum finnst gaman að hita sósuna á pönnu og setja svo steikta fiskinn út í og steikja hann saman í stutta stund.

Um það bil 1 bolli alhliða hveiti

Salt og nýmalaður svartur pipar

1 pund bleytt baccala eða stokkfiskur, skorinn í skammtabita

Ólífuolía

Sítrónu sneiðar

1. Dreifið hveiti og salti og pipar eftir smekk á vaxpappír.

2. Hitið um 1/2 tommu af olíu í stórri þungri pönnu. Dýfið fiskbitunum hratt í hveitiblönduna og hristið afganginn af. Setjið eins marga fiskbita og þeir eru á pönnuna án þess að troða þeim saman.

3. Eldið fiskinn þar til hann er brúnn, 2 til 3 mínútur. Snúðu fiskinum með töng og eldaðu síðan í 2 til 3 mínútur í viðbót þar til hann er brúnn og mjúkur. Berið fram heitt með sítrónubátum.

Útgáfa: Bætið létt muldum heilum hvítlauksgeirum og/eða ferskum eða þurrkuðum chilipipar út í steikingarolíuna til að krydda fiskinn.

Salt þorskur, pizza stíll

Baccala alla Pizzaiola

Fyrir 6 til 8 máltíðir 8

Í Napólí eru tómatar, hvítlaukur og oregano dæmigerð bragðtegund af klassísku pizzusósunni, svo þessi réttur sem er bragðbættur með þessum hráefnum er kallaður pizzastíll. Bætið handfylli af ólífum og nokkrum ansjósuflökum út í sósuna fyrir aukið bragð.

2 pund bleytur saltþorskur, skorinn í bita

4 matskeiðar af ólífuolíu

2 stór hvítlauksgeirar, mjög smátt saxaðir

2 matskeiðar söxuð fersk flatsteinselja

Örlítil mulin rauð paprika

3 bollar skrældir, fræhreinsaðir og sneiddir ferskir tómatar eða 1 (28 únsu) dós ítalskir tómatar, tæmdir og skornir í teninga

2 matskeiðar kapers, skolaðar, tæmdar og skornar í sneiðar

1 tsk þurrkað oregano, mulið

Salt

1. Sjóðið um 2 cm af vatni á djúpri pönnu. Bætið fiskinum út í og eldið þar til fiskurinn er mjúkur en dettur ekki í sundur, um það bil 10 mínútur. Fjarlægðu fiskinn með sleif og tæmdu.

2. Hellið olíu með hvítlauk, steinselju og söxuðum rauðum pipar í stóra pönnu. Eldið þar til hvítlaukurinn er létt gullinn, um það bil 2 mínútur. Bætið tómötum og safa þeirra, kapers, oregano og smá salti út í. Látið suðuna koma upp og eldið þar til vökvinn þykknar aðeins, um það bil 15 mínútur.

3. Bætið tæmdum fiski saman við. Hellið sósunni yfir fiskinn. Eldið í 10 mínútur eða þar til það er aðeins mjúkt. Berið fram heitt.

Saltaður þorskur með kartöflum

Baccala Palermitana

Fyrir 4 skammta

Að ganga um Vucciria-markaðinn í Palermo, Sikiley, er heillandi upplifun fyrir alla, sérstaklega kokka. Markaðsbásar liggja á bak við fjölmennar, hlykkjóttar göturnar og kaupendur geta valið úr miklu úrvali af fersku kjöti, fiski og afurðum (ásamt öllu frá nærfötum til rafhlöðu). Fiskverslanir selja baccala og stofnfisk sem er þegar í bleyti og tilbúinn til matreiðslu. Hér í Bandaríkjunum, ef þú hefur ekki tíma til að leggja fiskinn í bleyti, skaltu skipta út bitum af ferskum þorski eða öðrum sterkum hvítum fiski fyrir baccala.

¼ bolli ólífuolía

1 meðalstór laukur, sneiddur

1 bolli niðursoðnir tómatar með safa þeirra

½ bolli saxað sellerí

2 meðalstórar kartöflur, skrældar og skornar í sneiðar

1½ pund baccala, lagt í bleyti og tæmt

¼ bolli saxaðar grænar ólífur

1. Hitið olíuna á stórri pönnu við meðalhita. Bætið við lauk, tómötum, sellerí og kartöflum. Látið suðuna koma upp og eldið þar til kartöflurnar eru orðnar meyrar, um 20 mínútur.

2. Bætið fiskinum út í og hellið sósunni yfir bitana. Stráið ólífum yfir. Eldið þar til fiskurinn er mjúkur, um 10 mínútur. Smakkið til eftir kryddi og bætið salti við ef þarf. Berið fram heitt.

Rækjur og baunir

Gamberi og Fagioli

Fyrir 4 skammta

Forte dei Marmi er fallegur bær á Toskanaströndinni. Það hefur gamlan glæsileika, með mörgum art deco höllum, sumum hefur verið breytt í hótel. Hægt er að leigja sólstól og regnhlíf við ströndina í dag, viku eða mánuð. Maðurinn minn og ég áttum langa umræðu við vini okkar Rob og Linda Leahy um að eyða deginum á ströndinni eða borða á Lorenzo's. Linda ákvað að drekka í sig sólina á meðan við hin fórum á veitingastað sem sérhæfir sig í einföldum sjávarréttum eins og þessum rækjum. Við vorum ánægð.

16 til 20 stórar rækjur, flysjaðar og hreinsaðar

4 matskeiðar af ólífuolíu

2 matskeiðar af fínt söxuðum ferskum hvítlauk

2 matskeiðar af saxaðri ferskri basil

Salt og nýmalaður svartur pipar

3 bollar tæmdar soðnar eða niðursoðnar cannellini baunir eða breiður baunir

2 meðalstórir tómatar, skornir í teninga

Fersk basilíkublöð, til skrauts

1. Í skál, dreypið rækjunni með 2 msk af olíu, helmingnum af hvítlauknum, 1 msk af basil og saltið og piprið eftir smekk. Blandið vel saman. Lokið og kælið í 1 klukkustund.

2. Settu grillið eða grillgrindina í um 5 tommu fjarlægð frá hitagjafanum. Forhitið grillið eða grillið.

3. Eldið afganginn af olíu, hvítlauk og basilíku á pönnu við meðalhita í um það bil 1 mínútu. Hrærið baununum saman við. Lokið og eldið við vægan hita í 5 mínútur eða þar til það er hitað í gegn. Takið af hitanum. Hrærið tómötum, salti og pipar út í eftir smekk.

4. Steikið rækjurnar á annarri hliðinni þar til þær eru ljósbrúnar, 1 til 2 mínútur. Snúðu rækjunni við og eldaðu þar til þær eru ljósbrúnar og ógegnsæjar í þykkasta hlutanum, um það bil 1 til 2 mínútur í viðbót.

5. Setjið baunirnar á 4 diska. Raðið rækjunum utan um baunirnar. Skreytið með fersku basilíkulaufi. Berið fram strax.

Rækjur í hvítlaukssósu

Gamberi al'Aglio

Fyrir 4 til 6 máltíðir

Rækjur eldaðar í hvítlaukssmjörsósu eru vinsælli á ítalsk-amerískum veitingastöðum en á Ítalíu. Hún er oft kölluð „rækjurækja" hér, ómerkilegt nafn sem gefur til kynna uppruna hennar sem ekki er ítalskur. Rækja er ekki matreiðsluaðferð eins og nafnið gefur til kynna heldur tegund af skelfiski sem líkist mjög litlum humri. Hvað eldamennsku varðar eru rækjur venjulega grillaðar með örlítilli ólífuolíu, steinselju og sítrónu.

Hvað sem þú kallar það og hvaða uppruna sem það er, þá eru rækjur í hvítlaukssósu ljúffengar. Bjóða upp á nóg af góðu brauði til að drekka í sig sósuna.

6 matskeiðar af ósaltuðu smjöri

¼ bolli ólífuolía

4 stór hvítlauksgeirar, smátt saxaðir

16 til 24 stórar rækjur, afhýddar og afvegaðar

Salt

3 matskeiðar af saxaðri ferskri flatsteinselju

2 matskeiðar af ferskum sítrónusafa

1. Bræðið smjörið ásamt ólífuolíu á stórri pönnu við meðalhita. Hrærið hvítlauknum saman við. Eldið þar til hvítlaukurinn er létt gullinn, um það bil 2 mínútur.

2. Hækkið hitann í meðalháan. Bæta við rækjum, salti eftir smekk. Eldið í 1 til 2 mínútur, snúið rækjunni einu sinni og eldið þar til þær eru brúnar, um 1 til 2 mínútur í viðbót. Hrærið steinselju og sítrónusafa út í og eldið í 1 mínútu í viðbót. Berið fram heitt.

Rækjur með tómötum, kapers og sítrónu

Rækjur í salsa

Fyrir 4 skammta

Þetta er ein af þessum fljótlegu, sveigjanlegu uppskriftum sem Ítalir eru svo góðir í. Berið það fram eins og það er fyrir fljótlegan aðalrétt með rækjum, eða blandið því saman við pasta og smá ólífuolíu til að fá staðgóða máltíð.

2 matskeiðar af ólífuolíu

1 pund meðalstór rækja, afhýdd og afveguð

1 hvítlauksrif, smátt mulið

Salt

1 pint af vínberja- eða kirsuberjatómötum, helminga eða fjórða ef þeir eru stórir

2 matskeiðar kapers, skolaðar og skolaðar

2 matskeiðar söxuð fersk flatsteinselja

¼ tsk rifinn sítrónubörkur

1. Hitið olíuna í 10 tommu pönnu yfir miðlungs háum hita. Bætið við rækjum, hvítlauk og smá salti. Eldið þar til rækjurnar eru bleikar og létt gylltar, um það bil 1 til 2 mínútur á hlið. Setjið rækjuna á disk.

2. Bætið tómötum og kapers á pönnuna. Eldið, hrærið oft, þar til tómatarnir mýkjast örlítið, um það bil 2 mínútur. Setjið rækjuna aftur á pönnuna og bætið við steinselju og salti eftir smekk. Blandið vel saman og eldið í 2 mínútur í viðbót.

3. Bætið sítrónuberki út í. Fargið hvítlauknum og berið fram strax.

Rækjur í ansjósusósu

Gamberi og Salsa di Acciughe

Fyrir 4 skammta

Eitt vorið báðu Gruppo Ristoratori Italiani, samtök ítalskra veitingamanna í Bandaríkjunum, mig um að fara með sér og hópi annarra matarritara í ferð til Marche-héraðs í mið-Ítalíu. Við gistum á hóteli við ströndina og ætluðum að skoða bæina í kring. Óveður eina nótt gerði ferðalög nánast ómöguleg, svo við borðuðum á veitingastaðnum Tre Nodi. Eigandinn var svolítið sérvitur og prédikaði fyrir okkur kenningum sínum um stjórnmál, mat og matargerð, en sjávarfangið var dásamlegt, sérstaklega stóra rauða Miðjarðarhafsrækjan elduð með ansjósum. Rækjurnar voru skornar næstum í tvennt og síðan opnaðar flatar svo hægt væri að hjúpa þær rækilega með sósunni. Þegar við vorum að fara gaf eigandinn okkur hvert og eitt litla skál af sandi frá ströndinni á staðnum til að minna okkur á dvölina.

1 1/2 punda júmbó rækja

4 matskeiðar af ósöltuðu smjöri

3 matskeiðar af ólífuolíu

2 matskeiðar söxuð fersk flatsteinselja

2 stór hvítlauksgeirar, mjög smátt saxaðir

6 sneið ansjósuflök

⅓ bolli þurrt hvítvín

2 matskeiðar af ferskum sítrónusafa

Salt og nýmalaður svartur pipar

1. Afhýðið rækjurnar og látið skottið vera ósnortið. Skerið rækjuna langsum eftir bakinu með litlum hníf, skerið næstum alveg á hina hliðina. Fjarlægðu dökku bláæðina og opnaðu rækjuna flata eins og bók. Skolið og þurrkið rækjurnar.

2. Settu grillið eða grillgrindina í um 5 tommu fjarlægð frá hitagjafanum. Forhitið grillið eða grillið. Bræðið smjörið ásamt ólífuolíu á miðlungshita í stórri pönnu sem er örugg fyrir grillið. Þegar smjörfroðan dregur úr, bætið þá steinseljunni, hvítlauknum og ansjósunum út í og eldið, hrærið í, í 1 mínútu. Bætið við víni og sítrónusafa og eldið í 1 mínútu í viðbót.

3. Takið pönnuna af hitanum. Bætið rækjunum út í, með skera hliðinni niður. Stráið salti og pipar yfir. Hellið smá af sósunni yfir rækjurnar.

4. Renndu pönnunni undir grillið og eldið í um það bil 3 mínútur eða þar til rækjurnar eru aðeins hálfgagnsærar. Berið fram strax.

Steiktar rækjur

Gamberi Fritti

Fyrir 4 til 6 máltíðir

Einfalt deig af hveiti og vatni gerir dýrindis stökka skorpu fyrir steiktar rækjur. Athugaðu að þessi tegund af deigi mun ekki brúnast mikið vegna þess að það inniheldur ekki sykur eða prótein. Til að fá dýpri brúna skorpu skaltu prófa bjórdeig (<u>Steiktur kúrbít</u>, skref 2) eða einn sem er gerður með eggjum, eins og v<u>Rækjur og calamari steikt í deigi</u>uppskrift. Annað bragð sem margir matreiðslumatreiðslumenn nota er að setja matskeið af matarolíu sem er afgangur af steikingu daginn áður í pottinn. Ástæðurnar eru flóknar en ef þú steikir oft þá er rétt að geyma kælda olíuafganga í ísskápnum næst þegar þú steikir. Hins vegar geymist það ekki endalaust, svo þú ættir alltaf að finna lyktina af olíunni fyrir notkun til að vera viss um að hún sé enn fersk.

Berið þessar rækjur fram sem aðalrétt eða forrétt. Ef þú vilt geturðu steikt heilar grænar baunir, kúrbítslengjur eða papriku eða annað grænmeti á sama hátt. Heil lauf af steinselju, basil eða salvíu eru líka góð.

1 bolli alhliða hveiti

1½ tsk salt

Um 3/4 bolli kalt vatn

1½ pund miðlungs rækja, afhýdd og afveguð

Jurtaolía til steikingar

1. Setjið hveiti og salt í miðlungs skál. Bætið vatni smám saman út í og blandið með vírþeytara þar til það er slétt. Blandan á að vera mjög þykk, eins og sýrður rjómi.

2. Skolið rækjurnar og þurrkið þær. Klæðið bakkann með pappírsþurrkum.

3. Hellið nægri olíu í djúpa, þunga pönnu til að ná 2 tommu dýpi, eða ef þú notar rafmagnssteikingarvél skaltu fylgja leiðbeiningum framleiðanda. Hitið olíu í 370°F. á djúpsteiktum hitamæli eða þar til dropi af deigi í olíunni mallar og brúnast innan 1 mínútu.

4. Setjið rækjurnar í skálina með blöndunni og hrærið til húðunar. Fjarlægðu rækjurnar eina í einu og settu þær varlega í olíuna með töng. Steikið aðeins eins margar rækjur og hentar án þess að þrengist í einu. Eldið rækjur þar til þær eru létt gylltar og stökkar, 1 til 2 mínútur. Tæmið á pappírshandklæði. Steikið

afganginn af rækjunni á sama hátt. Berið fram heitt með sítrónubátum.

Rækjur og calamari steikt í deigi

Frutti di Mare og Pastella

Fyrir 6 máltíðir

Hvar sem þú finnur sjávarfang á Ítalíu finnurðu matreiðslumenn sem steikja það í stökku deigi. Þetta deig er búið til með eggjum og geri sem gefur skorpunni létta, loftgóða áferð, gullna lit og gott bragð. Þó ég noti ólífuolíu í flestum matreiðslutilgangi þá vil ég frekar bragðlausa jurtaolíu til steikingar.

1 teskeið af virku þurrgeri eða instant ger

1 bolli heitt vatn (100 til 110°F)

2 stór egg

1 bolli alhliða hveiti

1 teskeið af salti

1 pund lítil rækja, afhýdd og afveguð

8 aura hreinsuð calamari (smokkfiskur)

Jurtaolía til steikingar

1 sítróna, skorin í báta

1. Í meðalstórri skál, stráið gerinu með vatni. Látið standa í 1 mínútu eða þar til kremað. Hrærið til að leysast upp.

2. Bætið eggjunum út í gerblönduna og þeytið vel. Hrærið hveiti og salti saman við. Þeytið með þeytara þar til slétt.

3. Skolið rækjurnar og smokkfiskinn vel. Þurrkaðu það. Skerið calamari þversum í 1/2 tommu hringi. Ef þeir eru stórir, skera botn hvers hóps af tentacles í tvennt.

4. Hellið nægri olíu í djúpa, þunga pönnu til að ná 2 tommu dýpi, eða ef þú notar rafmagnssteikingarvél skaltu fylgja leiðbeiningum framleiðanda. Hitið olíu í 370°F. á djúpsteiktum hitamæli eða þar til dropi af deigi í olíunni mallar og brúnast innan 1 mínútu.

5. Hrærið rækjum og smokkfiski í deigið. Fjarlægðu nokkra bita í einu og láttu umfram deigið dreypa aftur í skálina. Settu bitana mjög varlega í heita olíuna. Ekki fjölmenna á pönnuna. Steikið í 1 til 2 mínútur, hrærið einu sinni með sleif, þar til þær eru gullinbrúnar. Takið sjávarfangið af pönnunni og látið renna af á pappírshandklæði. Steikið restina á sama hátt. Berið fram heitt með sítrónubátum.

Grillaðir rækjuspjót

Spiedini di Gamberi

Fyrir 4 skammta

Þótt ríkuleg matargerð Parma og Bologna sé þekktari er matargerðin í Emilia-Romagna strandsvæði mjög góð og oft mjög einföld. Frábærir ávextir og grænmeti frá nærliggjandi bæjum og dásamlegt ferskt sjávarfang eru aðalréttirnir. Ég og maðurinn minn borðuðum þessa grilluðu rækjuspjót í sjávarbænum Milano Marittima. Hægt er að skipta út skelfiski fyrir fiskbita með stífu holdi.

½ bolli venjulegt brauðrasp

1 matskeið af fínt söxuðu fersku rósmaríni

1 hvítlauksgeiri, afhýddur og smátt saxaður

Salt og nýmalaður svartur pipar

2 matskeiðar af ólífuolíu

1 pund meðalstór rækja, afhýdd og afveguð

1 sítróna, skorin í báta

1. Settu grillið eða grillgrindina í um 5 tommu fjarlægð frá hitagjafanum. Forhitið grillið eða grillið.

2. Blandið saman brauðmylsnu, rósmaríni, hvítlauk, salti og pipar eftir smekk í meðalstórri skál og olíunni og blandið vel saman. Bætið rækjunni út í og hrærið til að húðin verði vel. Þræðið rækjurnar á teini.

3. Grillið eða þar til rækjurnar eru bleikar og eldaðar í gegn, um það bil 3 mínútur á hlið. Berið fram heitt með sítrónubátum.

"Djöfuls bróðir" humar

Aragosta Fra Diavolo

Fyrir 2 til 4 skammta

Þó að þessi uppskrift hafi mörg einkenni klassísks suður-ítalskrar sjávarrétta, þar á meðal tómata, hvítlauk og pepperóní, grunaði mig alltaf að þetta væri ítalsk-amerísk uppfinning. Vinur minn Arthur Schwartz, stjórnandi WOR útvarpsmatarspjallþáttarins með Arthur Schwartz, er sérfræðingur í napólískri matargerð sem og sögulegri New York matargerð og er sammála mér. Arthur telur að það hafi líklega verið þróað á ítölskum veitingastað í New York fyrir nokkrum árum og hefur verið vinsælt síðan. Nafnið vísar til krydduðu tómatsósunnar sem humarinn er soðinn í. Berið fram með spaghetti eða ristað hvítlauksbrauði.

2 lifandi humar, um 1 1/4 pund hver

1/3 bolli ólífuolía

2 stór hvítlauksrif, smátt mulin

Örlítil mulin rauð paprika

1 bolli af þurru hvítvíni

1 (28 aura) dós skrældar tómatar, tæmdir og skornir í teninga

6 fersk basilíkublöð, rifin í bita

Salt

1. Settu einn humarinn á skurðbretti, með holrúminu upp. Ekki fjarlægja böndin sem halda klærnum lokuðum. Verndaðu hönd þína með þungu handklæði eða pottaleppi og haltu humrinum fyrir ofan skottið. Stingdu oddinum af þungum kokkahníf inn í líkamann þar sem skottið tengist brjóstinu. Skerið alla leið í gegn og aðskilið skottið frá restinni af líkamanum. Notaðu alifuglaskæri til að fjarlægja þunnt skinn sem nær yfir hala kjötið. Dragðu út og fjarlægðu dökku bláæðina í skottinu, en skildu eftir græna tomalley og rauða kóral ef einhver er. Endurtaktu með hinum humrinum. Skerið skottið þversum í 3 eða 4 hluta. Leggðu halastykkin til hliðar. Skerið humarhlutana og klærnar við samskeytin í 1 til 2 tommu bita. Sláðu á klærnar með barefli hliðinni á hnífnum til að brjóta þær.

2. Hitið olíuna í stórri þungri pönnu yfir miðlungshita. Bætið öllum humarbitunum við nema rölunum og eldið í 10 mínútur, hrærið oft. Dreifið hvítlauk og heitum pipar í kringum bitana. Bætið víninu út í og eldið í 1 mínútu.

3. Bætið tómötum, basil og salti saman við. Við skulum sjóða. Eldið, hrærið af og til, þar til tómatarnir hafa þykknað, um 25 mínútur. Bætið humarhölunum út í og eldið í 5 til 10 mínútur í viðbót, eða þar til halakjötið er stíft og ógagnsætt. Berið fram strax.

Bakaður fylltur humar

Aragoste Amolicate

Fyrir 4 skammta

Á Ítalíu og um alla Evrópu er einkennandi humarafbrigðið spýtu- eða steinhumar, sem skortir stórar kjötkenndar klærnar af norður- amerískum humri. Hins vegar bragðast þeir mjög vel og eru oft seldir hér sem frosnir humarhalar. Ef þú vilt ekki eiga við lifandi humar þá geturðu búið til þessa uppskrift með frosnum hala með því að minnka aðeins magn af brauðmylsnu og elda þá án þess að afþíða, bara þar til þeir eru ógagnsæir í miðjunni. Þessi uppskrift er dæmigerð fyrir Sardiníu, þó hún sé borðuð um alla Suður-Ítalíu.

4 lifandi humar (um 11/4 pund hver)

1 bolli hreint þurrt brauðrasp

2 matskeiðar söxuð fersk flatsteinselja

1 hvítlauksgeiri, smátt saxaður

Salt og nýmalaður svartur pipar

Ólífuolía

1 sítróna, skorin í báta

1. Settu einn humarinn á skurðbretti, með holrúminu upp. Ekki fjarlægja böndin sem halda klærnum lokuðum. Verndaðu hönd þína með þungu handklæði eða pottaleppi og haltu humrinum fyrir ofan skottið. Stingdu oddinum af þungum kokkahníf inn í líkamann þar sem skottið tengist brjóstinu. Skerið alla leið í gegn og aðskilið skottið frá restinni af líkamanum. Notaðu alifuglaskæri til að fjarlægja þunnt hvítt skinn sem hylur neðri hluta skottsins til að sýna kjötið. Dragðu út og fjarlægðu dökku bláæðina í skottinu, en skildu eftir græna tomalley og rauða kóral ef einhver er.

2. Settu grindina í miðjan ofninn. Forhitið ofninn í 450°F. Smyrjið 1 eða 2 stórar bökunarplötur. Settu humarinn á bökunarpöturnar á bakinu.

3. Blandið saman brauðmylsnu, steinselju, hvítlauk og salti og pipar eftir smekk í meðalstórri skál. Bætið við 3 matskeiðum af olíu eða bara nógu mikið til að væta molana. Dreifið blöndunni yfir humarinn á pönnunni. Dreypið aðeins meiri olíu yfir.

4. Bakið humarinn í 12 til 15 mínútur, eða þar til halakjötið er bara ógagnsætt þegar það er skorið í þykkasta hlutann og finnst það stíft þegar það er pressað á það.

5. Berið fram strax með sítrónubátum.

Hörpuskel með hvítlauk og steinselju

Capesante Aglio og Olio

Fyrir 4 skammta

Sætur ferskur hörpuskel er fljótur að elda og fullkominn fyrir helgarmáltíð. Þessi uppskrift kemur frá Gradež á Adríahafsströndinni. Mér finnst gott að nota stóra hörpuskel, en þú getur skipt út fyrir minni hörpuskel.

¼ bolli ólífuolía

2 hvítlauksgeirar, smátt saxaðir

2 matskeiðar söxuð fersk flatsteinselja

1 pund stór sjósmusspa, þvegin og tæmd

Salt og nýmalaður svartur pipar

1 sítróna, skorin í báta

1. Hellið olíu á stóra pönnu. Bætið hvítlauk, steinselju og pipar út í og eldið við vægan hita þar til það er létt gullið, um það bil 2 mínútur.

2. Bæta við hörpuskel og salti og pipar eftir smekk. Eldið, hrærið, þar til hörpuskelin eru varla ógagnsæ í miðjunni, um það bil 3 mínútur. Berið fram heitt með sítrónubátum.

Grillaðar hörpuskel og rækjur

Frutti di Mare alla Griglia

Fyrir 4 skammta

Einföld sítrónusósa sear grillaðar rækjur og hörpuskel. Þú getur skipt út fiskbitum fyrir þétt kjöt, eins og lax eða sverðfisk.

¾ kíló stórar hörpudiskur, þvegnar og veiddar

¾ pund stórar rækjur, afhýddar og afvegaðar

Nýtt eða þurrkað lárviðarlauf

1 meðalstór rauðlaukur, skorinn í 1 cm bita

¼ bolli ólífuolía

2 matskeiðar af ferskum sítrónusafa

1 msk söxuð fersk flat steinselja

½ tsk þurrkað oregano, mulið

Salt og nýmalaður svartur pipar

1. Settu grillið eða grillgrindina í um 5 tommu fjarlægð frá hitagjafanum. Forhitið grillið eða grillið.

2. Á 8 tré- eða málmspjótum, stingið hörpuskel og rækjum til skiptis með lárviðarlaufum og laukbitum.

3. Blandið saman olíu, sítrónusafa, steinselju, oregano og salti og pipar í litla skál eftir smekk. Flyttu um tvo þriðju af sósublöndunni í sérstaka skál. Áskilið. Penslið kræklinginn með þriðjungnum sem eftir er af sósunni.

4. Grillið eða þar til rækjurnar eru bleikar og hörpuskel er léttbrúnt á annarri hliðinni, um það bil 3 til 4 mínútur. Snúðu spjótunum við og eldaðu í um það bil 3 til 4 mínútur í viðbót, þar til rækjurnar eru bleikar og hörpuskelin léttbrúnt á hinni hliðinni. Kjötið af rækjunni og hörpuskelinni verður varla ógagnsætt í miðjunni. Færið yfir á disk og dreypið sósunni sem eftir er yfir.

Posillipo samloka og skeljar

Vongole e Cozze og Salsa Piccante

Fyrir 4 skammta

Posillipo *er nafn á landi í Napólí-flóa. Það leiðir líka hugann að þessum rétti af ferskum samlokum og kræklingi í sterkri tómatsósu í hugum margra Ítalsk-Bandaríkjamanna. Uppskriftin, sem líklega er nefnd af veitingamanni með heimþrá í Bandaríkjunum, virðist hafa dottið úr tísku þótt hún sé svo góð að hún á skilið endurkomu.*

Berið þær fram í djúpum skálum á sneiðar af ristuðu brauði eða fresellu - hörð kex með svörtum pipar sem fæst á ítölskum mörkuðum.

3 tugir lítilla harðskeljasamloka

2 kíló af samlokum

1/3 bolli ólífuolía

1 matskeið af fínt skornum hvítlauk

Örlítil mulin rauð paprika

1/2 bolli þurrt hvítvín

1 (28 aura) dós skrældar tómatar, tæmdir og skornir í teninga

1 tsk þurrkað oregano, mulið

Salt og nýmalaður svartur pipar

¼ bolli saxuð fersk flat steinselja

Sneiðar af ítölsku brauði, ristaðar eða freselle

1. Leggið samloku og kræklingi í bleyti í köldu vatni í 30 mínútur. Skrúbbaðu skeljarnar undir köldu rennandi vatni með stífum bursta. Klipptu eða rífðu skeggið af samlokunum. Fargið öllum samlokum eða samlokum með sprungnum skeljum eða þeim sem neita að loka vel við snertingu.

2. Hellið olíunni í stóran þungan pott. Bæta við hvítlauk og heitum pipar. Eldið við meðalhita þar til hvítlaukurinn er létt gullinn, um það bil 2 mínútur. Bætið víninu út í og eldið í 1 mínútu í viðbót. Hrærið tómötunum saman við. oregano og salt og pipar eftir smekk. Sjóðið og eldið í 15 mínútur.

3. Bætið kræklingnum og samlokunni í pottinn og hyljið vel. Eldið þar til skeljarnar opnast, um 5 mínútur.

4. Setjið sneiðar af ítölsku brauði í botninn á 4 pastaréttum. Skeið í samlokuna og kræklinginn. Stráið saxaðri steinselju yfir og berið fram strax.

Bakaður fylltur kræklingur

Vongole Arraganati

Fyrir 4 skammta

Gómsætu samlokurnar, stráðar með brakandi krydduðu brauðmylsnu, eru vinsælar um alla Suður-Ítalíu. Mér finnst gaman að gera þær með litlum til meðalstórum skeljum. Ef aðeins stærri samloka er fáanleg, hakkið samlokukjötið áður en hrært er saman við mylsnuna.

Það er hægt að bera þær fram sem forrétt en ég geri þær oft fyrir heila máltíð.

4 tugir lítilla harðskeljasamloka

½ bolli vatn

½ bolli hreint þurrt brauðrasp, helst heimabakað

¼ bolli nýrifinn Parmigiano-Reggiano eða Pecorino Romano

¼ bolli saxuð fersk flat steinselja

1 hvítlauksgeiri, smátt saxaður

Salt og nýmalaður svartur pipar

Um 1/3 bolli extra virgin ólífuolía

1 sítróna, skorin í báta

1. Leggið samlokurnar í bleyti í köldu vatni í 30 mínútur. Skrúbbaðu með bursta undir köldu rennandi vatni. Fargið öllu með sprungnum skeljum eða þeim sem lokast ekki vel við snertingu.

2. Setjið samlokurnar í stóran pott af vatni. Lokið og látið suðuna koma upp. Eftir um það bil 5 mínútur skaltu fjarlægja samlokurnar þegar þær opnast og setja þær í skál. Fleygðu skeljum sem opnast ekki.

3. Hellið samlokusafa í skál. Fjarlægðu samlokurnar úr skeljunum og skolaðu hverja fyrir sig í vökva til að fjarlægja sand. Skiljið skeljarhelmingana að. Setjið helminginn af skeljunum á stóra ofnplötu. Settu samloku í hverja skel. Sigtið samlokusafann í gegnum kaffisíu úr pappír eða vætt ostaklút í skál. Hellið smá safa á hverja samloku.

4. Forhitið grillið. Í meðalstórri skál, blandaðu saman brauðmylsnu, osti, steinselju, hvítlauk og salti og pipar eftir smekk. Bætið við nægri olíu til að væta molana. Dreifið smávegis af brauðmylsnu lauslega ofan á hverja skel. Ekki stafla molunum.

5.Steikið í 4 mínútur eða þar til mylsnurnar eru orðnar ljósbrúnar. Berið fram heitt með sítrónubátum.

Kræklingur með svörtum pipar

Impepata di Cozze

Fyrir 4 til 6 máltíðir

Ódýrt og víða fáanlegt, samloka er frábært í pasta, súpur eða plokkfisk. Eina vandamálið er að hreinsa þá þar sem villtur kræklingur krefst mikillar athygli. Undantekningin er ræktaður skelfiskur. Þó að þær séu ekki eins bragðgóðar og villtar samlokur eru þær mun hreinni og það er minni úrgangur frá skemmdum samlokum. Þessi uppskrift hefur skarpt bragð af víni, sítrónusafa og óvenju mikið magn af svörtum pipar. Þetta er klassísk uppskrift frá Napólí.

6 pund af samlokum

½ bolli ólífuolía

6 hvítlauksgeirar, smátt saxaðir

½ bolli söxuð fersk flat steinselja

1 matskeið af nýmöluðum svörtum pipar

1 bolli af þurru hvítvíni

1 matskeið af ferskum sítrónusafa

1. Leggið samlokurnar í bleyti í köldu vatni í 30 mínútur. Klipptu eða klipptu skeggið þitt. Fargið öllum samlokum með sprungnum skeljum eða þeim sem lokast ekki vel við snertingu.

2. Hellið olíunni í stóran pott. Bætið hvítlauknum út í. Eldið við meðalhita þar til það er gullið, um 1 mínútu. Hrærið steinselju og pipar saman við. Bætið samlokunum, víni og sítrónusafa í pottinn. Lokið og eldið, hristið pönnu af og til, þar til samlokur byrja að opnast, um það bil 5 mínútur.

3. Flyttu opnuðu samlokurnar yfir í afgreiðsluskálar. Eldið allar samlokur sem eru lokaðar í eina eða tvær mínútur lengur. Fargaðu öllu sem opnast ekki. Hellið matreiðsluvökvanum yfir kræklinginn. Berið fram heitt.

Samloka með hvítlauk og hvítvíni

Cozze agli Ilmur

Fyrir 4 skammta

Í stað þess að bera þær fram með brauði geturðu toppað þessar samlokur með heitu soðnu spaghetti. Þú getur skipt út samlokunum fyrir litlar, harðskeljar samlokur.

4 kíló af kræklingi

¼ bolli ólífuolía

2 hvítlauksgeirar, saxaðir

2 grænir laukar, saxaðir

2 greinar af fersku timjan

2 matskeiðar söxuð fersk flatsteinselja

1 lárviðarlauf

1 bolli af þurru hvítvíni

Sneiðar af ítölsku brauði, ristaðar

1. Leggið samlokurnar í bleyti í köldu vatni í 30 mínútur. Klipptu eða klipptu skeggið þitt. Fargið öllum samlokum með sprungnum skeljum eða þeim sem lokast ekki vel við snertingu.

2. Hellið olíu á stóra pönnu. Bætið hvítlauknum, grænlauknum, timjaninu, steinseljunni og lárviðarlaufinu út í. Eldið við meðalhita þar til laukurinn mýkist, um það bil 2 mínútur.

3. Bæta við samlokum og víni. Lokið og eldið, hristið pönnuna af og til, í um það bil 5 mínútur eða þar til samlokurnar byrja að opnast.

4. Flyttu opnuðu samlokurnar yfir í einstakar framreiðsluskálar. Eldið allar samlokur sem eru lokaðar í eina eða tvær mínútur lengur; fargaðu þeim sem opnast ekki. Sjóðið vökvann í eina mínútu í viðbót og hellið honum yfir kræklinginn. Berið fram heitt með ristuðu brauði.

Sardínuskeljar með saffran

Cozze allo Zafferano

Fyrir 4 skammta

Saffran, krydd sem er búið til úr stilkum krókusblóma, gefur þessum skelfiskum framandi bragði og fallegum lit. Þó megnið af saffran heimsins komi frá Spáni er það einnig framleitt í Abruzzo-héraði á Ítalíu. Þegar þú kaupir saffran skaltu alltaf kaupa heila þræði sem halda bragðinu lengur. Leitaðu að djúprauð-appelsínugulum lit. Dekkri litur er vísbending um betri gæði.

1 tsk af saffranþræði

1 bolli af þurru hvítvíni

4 kíló af kræklingi

1 meðalstór laukur, smátt saxaður

⅓ bolli ólífuolía

1 bolli afhreinsaðir, fræhreinsaðir og sneiddir þroskaðir tómatar

6 basilíkublöð, rifin í bita

2 matskeiðar söxuð fersk flatsteinselja

1. Leggið saffran í hvítvíni í 10 mínútur. Á meðan skaltu leggja kræklinginn í bleyti í köldu vatni í 30 mínútur. Klipptu eða klipptu skeggið þitt. Fargið öllum samlokum með sprungnum skeljum eða þeim sem lokast ekki vel við snertingu.

2. Í stórri pönnu við meðalhita, eldið laukinn í olíunni þar til hann er gullinn, um það bil 10 mínútur. Bætið við saffran, víni og tómötum og látið suðuna koma upp. Hrærið basil og steinselju saman við.

3. Bætið samlokunum út í og hyljið pönnuna. Eldið, hristið pönnuna af og til, í um það bil 5 mínútur eða þar til samlokurnar byrja að opnast.

4. Flyttu opnuðu samlokurnar yfir í einstakar framreiðsluskálar. Eldið allar samlokur sem eru lokaðar í eina eða tvær mínútur lengur; fargaðu þeim sem opnast ekki. Sjóðið vökvann í eina mínútu í viðbót og hellið honum yfir kræklinginn. Berið fram heitt.

Kanína með tómötum

Coniglio alla Ciociara

Fyrir 4 skammta

Í Ciociara svæðinu fyrir utan Róm, þekkt fyrir ljúffenga matargerð, eru kanínur soðnar í tómatsósu og hvítvíni.

1 kanína (2½ til 3 pund), skorin í 8 bita

2 matskeiðar af ólífuolíu

2 aura pancetta, þykkt sneið og hakkað

2 matskeiðar söxuð fersk flatsteinselja

1 hvítlauksrif, smátt mulið

Salt og nýmalaður svartur pipar

1 bolli af þurru hvítvíni

2 bollar skrældir, fræhreinsaðir og niðurskornir plómutómatar

1. Skolaðu kanínubitana og þurrkaðu þá síðan með pappírshandklæði. Hitið olíuna á stórri pönnu yfir meðalhita. Setjið kanínuna á pönnuna, bætið pancettu, steinselju og hvítlauk út í. Eldið þar til kanínan er fallega brún á öllum hliðum, um það bil 15 mínútur. Stráið salti og pipar yfir.

2. Takið hvítlaukinn af pönnunni og fargið. Hellið víninu út í og látið malla í 1 mínútu.

3. Dragðu úr hita niður í lágan. Hrærið tómötunum saman við og eldið þar til kanínan er mjúk og fellur af beinum, um það bil 30 mínútur.

4. Færið kanínuna yfir á disk og berið fram heita með sósunni.

Súrsæt kanína

Coniglio í Agrodolce

Fyrir 4 skammta

Sikileyjar eru þekktir fyrir sætur sína, arfleifð araba yfirráða eyjunnar sem stóð í að minnsta kosti tvö hundruð ár. Rúsínur, sykur og edik gefa þessari kanínu örlítið sætt og súrt bragð.

1 kanína (2½ til 3 pund), skorin í 8 bita

2 matskeiðar af ólífuolíu

2 aura þykk skorin pancetta, hakkað

1 meðalstór laukur, smátt saxaður

Salt og nýmalaður svartur pipar

1 bolli af þurru hvítvíni

2 heilir beljur

1 lárviðarlauf

1 bolli nauta- eða kjúklingasoð

1 matskeið af sykri

¼ bolli hvítvínsedik

2 matskeiðar af rúsínum

2 matskeiðar af furuhnetum

2 matskeiðar söxuð fersk flatsteinselja

1. Skolaðu kanínubitana og þurrkaðu þá síðan með pappírshandklæði. Hitið olíuna og pancettu á stórri pönnu við meðalhita í 5 mínútur. Bætið kanínu út í og eldið á annarri hliðinni þar til það er brúnt, um það bil 8 mínútur. Snúðu kanínubitunum við með töng og dreifðu lauknum í kring. Stráið salti og pipar yfir.

2. Bætið við víni, negul og lárviðarlaufi. Látið suðuna koma upp og eldið þar til mest af víninu hefur gufað upp, um það bil 2 mínútur. Hellið súpunni út í og setjið lok á pönnuna. Lækkið hitann í lágan og látið malla þar til kanínan er mjúk, 30 til 45 mínútur.

3. Settu kanínubitana á disk. (Ef það er mikill vökvi eftir, eldið við háan hita þar til hann er farinn.) Hrærið sykri, ediki, rúsínum og furuhnetum saman við. Hrærið þar til sykurinn leysist upp, um 1 mínútu.

4.Setjið kanínuna aftur á pönnuna og eldið, snúið bitunum í sósunni þar til þeir virðast vel húðaðir, um það bil 5 mínútur. Hrærið steinseljunni út í og berið fram heitt með pönnusafanum.

Bakuð kanína með kartöflum

Coniglio Arrosto

Fyrir 4 skammta

Heima hjá vinkonu minni Dora Marzoville byrjar sunnudagskvöldverður eða sérstakur máltíð oft með úrvali af mjúku, stökksteiktu grænmeti eins og þistilhjörtu eða aspas, á eftir koma gufuskálar af heimagerðum orecchiette eða cavatelli, blandað saman við dýrindis ragù úr fínar kjötbollur.perlur. Dora, sem kemur frá Rutigliano í Puglia, er frábær kokkur og þessi kanínuréttur, sem hún framreiðir sem aðalrétt, er ein af sérkennum hennar.

1 kanína (2 1/2 til 3 pund), skorin í 8 bita

1/4 bolli ólífuolía

1 meðalstór laukur, smátt saxaður

2 matskeiðar söxuð fersk flatsteinselja

1/2 bolli þurrkað með víni

Salt og nýmalaður svartur pipar

4 meðalstórar alhliða kartöflur, skrældar og skornar í 1 tommu báta

½ bolli vatn

½ tsk oregano

1. Skolaðu kanínubitana og þurrkaðu með pappírshandklæði. Hitið tvær matskeiðar af olíu á stórri pönnu yfir meðalhita. Bætið við kanínu, lauk og steinselju. Eldið, snúið bitunum af og til, þar til þau eru ljósbrúnt, um það bil 15 mínútur. Bætið víninu út í og eldið í 5 mínútur í viðbót. Stráið salti og pipar yfir.

2. Settu grindina í miðjan ofninn. Forhitið ofninn í 425°F. Smyrjið bökunarplötu sem er nógu stór til að geyma öll hráefnin í einu lagi.

3. Hellið kartöflunum á pönnuna og hellið hinum 2 matskeiðum af olíu yfir þær. Bætið innihaldinu á pönnunni á pönnuna, stingið kanínubitunum utan um kartöflurnar. Bætið vatni við. Stráið oregano yfir og salti og pipar. Hyljið bökunarplötuna með álpappír. Steikið í 30 mínútur. Takið lokið af og eldið í 20 mínútur í viðbót eða þar til kartöflurnar eru mjúkar.

4. Færið yfir á framreiðsludisk. Berið fram heitt.

www.ingramcontent.com/pod-product-compliance
Lightning Source LLC
Chambersburg PA
CBHW050150130526
44591CB00033B/1246